डमरू

संजय व्ही. येरणे

pencil

डमरू

ISBN 978-93-5458-143-4
© संजय व्ही. येरणे 2021
Published in India 2021 by Pencil

A brand of
One Point Six Technologies Pvt. Ltd.
123, Building J2, Shram Seva Premises,
Wadala Truck Terminal, Wadala (E)
Mumbai 400037, Maharashtra, INDIA
E connect@thepencilapp.com
W www.thepencilapp.com

Author biography

: संजय येरणे यांचा साहित्यविषयक परिचय :

नाव: संजय विस्तारी येरणे.

पत्ता: 'येणू भिकाजी' सदन, वार्ड नं. 6, शिवाजी चैक,

मु. पो. तह. नागभीड. जि. चंद्रपूर. पिन 441205,

संपर्क - 9404121098.

शिक्षण: एम. ए. (मराठी, समाज, डॉ. आंबेडकर थॉटस्) डी. एड, डी. एस. एम.

जन्म: 19 नोव्हेंबर 1976

व्यवसाय : प्राथमिक शिक्षक, नागभीड. जि. चंद्रपूर

साहित्यविशेष कार्य:

1) लेखक, कथाकार, कादंबरीकार, कवी, संपादक, प्रकाशक, प्रवक्ते.

2) अनेक वाड्.मयीन नियतकालिकांतून, वृत्तपत्रातून लेख, कथा, कविता, ललित लेखन, स्फुट लेखन प्रसिद्ध.

3) संस्थापक-अध्यक्ष: भरारी साहित्य शिक्षण कला सेवा संस्था.

4) 'मी संताजी बोलतोय' व 'संताजीची सावली यमुना' या एकपात्री प्रयोगाचे लेखन व आयोजन, सादरीकरण.

5) भरारी साहित्य संघ, ज. तु. साहित्य परिषद चंद्रपूर, अंकुर साहित्य संघ जिल्हासचिव चंद्रपूर, विदर्भ साहित्य संघ शाखा नागभीड द्वारा साहित्य कार्य व अनेक संस्था व संघटनांचा पदाधिकारी. समाजसेवा, बहुजन चळवळीचे कार्य, साहित्यसंमेलन आयोजन, कवीसंमेलन आयोजन, नवोदितांना साहित्य मार्गदर्शन, शैक्षणिक चळवळ व संघटनात्मक कार्य, अनेक संमेलनात कविता वाचन, कथा सादरीकरण, शैक्षणिक मार्गदर्शन व प्रबोधन.

6) विद्यार्थ्याकरिता प्रयोगात्मक 'इंग्रजी रिडींग पॅटर्न' ची निर्मिती व पुस्तक रूपाने

प्रकाशन करून अनेक शाळात इंग्रजी कमी वेळात व कमी श्रमात वाचता येणे याविषयी प्रात्यक्षिक सादर व व्याख्यान मार्गदर्शन करणे.

7) विविध विषयावर व्याख्याता म्हणून सादरीकरण. संताजी जगनाडे महाराजांच्या जीवनचरित्राचे अभ्यासक, प्रवक्ते. इतिहास अभ्यासक.

CONTENTS

Epigraph

मनातलं....

'डमरू' हे माझं प्रकाशित होणारं दुसरं कथासंग्रह व अठरावे साहित्य अपत्य होय. निश्चितच मनाला उधाण आलंय. वाचक रसिक माझ्या डफरं कथासंग्रहाप्रमाणेच याही कथेचं स्वागत करणार असा मला मनोमन विश्वास आहे. कारण कथा ही कशी असावी याची चांगलीच जाण मला आहे. खरे तर 'डमरू' मधील कथा माझ्या अस्वस्थ मनाची घालमेल आहे. समाज जीवनातील निरीक्षणात्मक नोदींचा आलेख यादृष्टीने मांडण्याचा कथारूपी प्रयत्न होय. माझ्या कथेबद्दल मीच काय सांगावे? कथेतील पात्र, प्रसंग, घटनांचे आशय व स्वरूप विषद करण्यापेक्षा आपण रसिक म्हणून ते ज्ञात करणार आहातच.......

मात्र साहित्यप्रवासात रूढ होतांना आजवर केलेला बराचसा लांब प्रवास मला अत्यानंद देवून जात आहे. कादंबरी व कथा या प्रकारात रमतांना तासनतास दयावी लागणारी बैठक, वेळ याकडे बघू जाता अगदी व्यस्त कालावधीतही मी अनेक साहित्यकृती समोर आणतांना एका वेगळ्या उदिष्टातून समोर गेलो आहे. प्रसंगी सातत्याने फिरणं आलंच. आपल्या साहित्यातून रसिकांनाही आनंद मिळतांनाच, समाज जडणघडणीसाठी आवश्यक विचारांची पेरणी करणे व ती रसिकांच्या हृदयात उतरविणे महत्त्वाचे वाटते. वाचकांनी दिलेला कौल हाच माझा सर्वोत्कृष्ट गौरव मला वाटतो आहे. यातील अनेक कथा बऱ्याच मासिक, वार्षिकांकात पूर्वप्रकाशित झालेल्या आहेत. त्यावेळेस मिळालेली दाद यामुळेच सदर संग्रह आपणासमोर ठेवीत आहे.

माझ्या साहित्यकृतीला नेहमी समोर आणण्यास्तव माझ्या पाठीशी खंबीर उभे राहात सहकार्य करणारे माझे जेष्ठ्य साहित्यबंधू पुनाराम निकुरे सर, स्मृतीशेष बंडू कत्रोजवार यांचे

आभार मानने माझे कर्तव्य आहे. सदर संग्रहाला नरेश मांडवकर या कलाप्रेमी मित्राने काढलेले मुखपृष्ठ, यांचेही आभार. माझी पत्नी सौ. संगीता तथा मुले पार्थ, शिव, काव्य यांच्या सहकार्यानेही माझे साहित्य फुलते आहे. तथा कथासंग्रह प्रकाशनास्तव प्रकाशकाचेही अनंत आभार व्यक्त करणे आवश्यक आहे. यापूर्वीही माझी 'बयरी' कादंबरी ई-साहित्य द्वारा प्रकाशन झालेली आहे. अनंत वाचक व त्यांचे अभिप्राय मला सदोदीत येत आहेत. माझ्या लेखनावर भरभरून प्रेम करणाऱ्या, दाद देणाऱ्या, पुढे साहित्य कधी येणार म्हणून वाट बघत विचारणा करणाऱ्या, तथा माझ्या साहित्यकृतीला मानाने स्थान देणाऱ्या, सहकार्य करणाऱ्या, सर्व स्नेही सृजनांचे, प्रत्यक्ष-अप्रत्यक्ष लाभलेल्या सहकार्याचा मी अनंत आभारी आहे.

आपल्या अभिप्रायाच्या प्रतिक्षेत....!

संजय वि. येरणे
नागभीड. जि. चंद्रपूर
मो. ९४०४१२१०९८

Preface

प्रस्तावना:

'डमरू' संजय येरणे यांचा अकरा कथांचा संग्रह आहे. यापूर्वी त्यांचा 'डफरं' कथासंग्रह मायबोली प्रकाशन, मुंबईने जानेवारी २०१५ मध्ये प्रकाशित केलेला असून या कथासंग्रहाने अख्ख्या महाराष्ट्रात संजय येरणे यांचे नाव साहित्यप्रांतात उच्चस्थानी पोहचविलेले आहे. किंबहुना त्यांच्या कथासंग्रहाला व अनेक साहित्य संग्रहालाही संस्थात्मक राज्यपुरस्कारही लाभलेले आहेत.

'डफर' कथासंग्रहातील कथा वाचतांना एका वेगळ्याच जाणीवांची, संवेदनांची, मनाच्या भावनांची उकल करणारा, वैचारिक अधिष्ठान लाभलेला, तेवढ्याच चोवीस कॅरेटच्या सोन्याच्या शुद्धतेगत शतप्रतिशत प्रामाणिक इमान राखून समाजाला सत्य विचारांची मांडणी देणाऱ्या कथा होत्या. एकंदरीत संजय येरणे याचं 'डफरं' फारच वाजलं, गाजलं. त्याला एक विशेष कारणही आहे. आम्ही शेकडो कथा वाचल्यात पण ह्या कथाकाराची लेखनशैली, भाषा, संवाद, पात्र व समाजघडण नामनिराळी वाटली. आजपर्यंतच्या सामाजिक कथेचा ढाचाच बदलवून नव्या शैलीने प्रयोगात्मक कल्पकतेने पेश होणाऱ्या ह्या कथा होय. प्रत्येक कथेच्या गुंफणीत साहित्यमूल्यांच्या परिक्षणात गेलो तर एक पीएच.डी चा प्रबंधच साकारल्या जाईल एवढी सक्षम कथा संजय येरणे यांची आहे.

त्यानंतर तीन वर्षाच्या अंतराने 'डमरू' हा कथासंग्रह येतो आहे. डफरं, डमरू हे वाद्यप्रकारातील नाव कथेच्या शिर्षकस्थानी साकारत पुढेही डफली, डमडम, असेही शिर्षक घेत कथा येणार असे लेखकांनी विषदच केले आहे.

डमरू हे शंकर महादेवाचे वाद्य होय. मात्र डमरू वाजविणे या वाक्यप्रचाराला बराचसा व्यंगार्थही प्राप्त झालेला आहे. याच व्यंगार्थाला लाक्षणिक अर्थाने कथेत स्थान देत अकरा

कथाचे भावविश्व त्यांनी समृद्धपणे मांडलेले आहे.

संजय येरणे यांची कथा स्वकेंद्रित आत्मानुभव गुंफत जाते. कथेतील पात्र, संवाद व कथानकाला एका जाळ्यात विनतांना ती शेवटी सुखांत, दुःखातांच्या अपेक्षेमध्ये न पडता वाचक रसिकांना आपलीसी करीत, मनाच्या कोपऱ्यात ती सदैव तरळतच राहते.... अनादी प्रश्न विचारांचे थैमान आणि माणुसकींचा आग्रह धरणारी तेवढीच समाजात अस्तित्वात असलेल्या मनभावनेतील विविध पैलू वाचकांना निरीक्षणात्मक नोंद घ्यावयास लावून परिवर्तनाचा टाहो मांडणारी ही कथा होय.

कथा वाचतांना मला तरी वाटते, नामदेव तुकारामाचे अभंग आज शेकडो वर्षानंतरही भावार्थनि जसे समाजनिकडीचे ठरताहेत तेवढेच जनमनात उरताहेत. अगदी तसेच संजय येरणे यांची कथा ही शेकडो वर्षानंतरही मानवी मनात आंदोलने उभी करणारी काळाच्या गर्तेत दृष्टीआड न होता जनमनात चपखल बसत उरणारी कथा आहे.

आजची कथा ही अनेक प्रकारागत समोर येत असली तरी कथानकाच्या दृष्टीने सरळमार्गनि जाणाऱ्या व त्या-त्या प्रकाराला सर्वोच्च मान देत उभ्या असलेल्या अनेक नामवंत कथाकारांच्या कथा बघू जाता आजची कथा ही पारदर्शी शब्दाने सौंदर्यांकींत केलेल्या कथेला एक सुंदर मासलेदार कथा म्हणून पुरस्कारात नोंद झाल्याचे अनेक उदा. आम्ही बघितले आहेत परंतु आजच्या कथेला पारदर्शी कृत्रीम सौंदर्यापिक्षा समाजातील व्यक्ती-व्यक्तीच्या जगण्यातील नोंदीचे उत्खनन करीत समाजनिकडीचे, पुरोगामित्वाचे, वैचारिकत्वाचे एवढेच नव्हे तर माणुसकीतत्त्वाचे, त्यांच्या प्रश्न, समस्या व जीवन जगण्याच्या उकलतेचे सखोलत्व जपणाऱ्या कथा म्हणून मनावर ओरखडे उमटविात तेवढ्याच शेवटी न संपताही वैचारिक आंदोलने उग्र करीत रसिकाग्न होत लांबणाऱ्या आहेत.

एका सामाजिक विचारधारेतून येणाऱ्या ह्या कथा विविध विषयांगी आहेत. मिस्किल हसू, तेवढेच आसू, विडंबन टिपणी देत शब्दांची झाल्लर कारूण्यरसातून सरळ विचारांचे भेदच करून जातात. एक संथ प्रवाही वाहणारी कथा म्हणजेच डमरूतील कथा होत.

संजय येरणे यांची कथा भाषेपेक्षा, कथानकापेक्षा माणसांच्या रक्तात भिननारी कथा होय. कारण त्याची कथा कुठलाही लेखकपणाचा आव न आणता इंचभर छाती न फुगवता समाजातील प्रत्येक स्वनिरीक्षणातील पात्रांच्या नोंदींचा गुदमरेला इतिहास म्हणून समोर येतांना, वेदनेवर भाष्य करीत दाहक ज्वालामुखीसारखी प्रवाहीत न होता, संपतानांही पुरून उरणारी सुरक्षित कथा दिसते. संस्कृती आणि अपसंस्कृतीच्या विळख्यात सडलेल्या, पडलेल्या आपस्तरावरील पात्रे व घटना प्रसंग ही तराजूत तोलून रसिकांच्या

दारात मांडणारी ही कथा होय. संजय येरणे यांची ही कथा नव्हे तर समाजातील अन्य व्यथांची नोंद घेणारी ही एक सारांक्ष मांडणी होय.

संजय येरणे याचं समग्र साहित्य अक्षरतपासणीस म्हणून मला प्रकाशनपूर्व दोन-तीनदा वाचण्याचा नित्ययोग येतो आहे. त्यांचेशी अनेकदा होणारी चर्चा व साहित्याचं प्रकटनपूर्व स्वरूप बघू जाता कल्पनाशक्तीच्या नाविन्यपूर्ण प्रयोगाच्या पलीकडे जावून आभाळाचं क्षितीज गाठावं असा प्रयोग ते साहित्यातून नेहमी करतात. मग त्यांची कादंबरी असो की अन्य लेखन... यामुळेच काही महत्वाची निरीक्षणे मला नोंदवावीसी वाटतात.

मानवी संवेदनाचा शब्दशस्त्राने तळ शोधणाऱ्या साहित्याची निर्मिती. माणसाच्या माणूसपणाचा ध्यास बाळगणारी. प्रचंड उर्जा व आशावाद पेरणारी साहित्यदृष्टी. जात, धर्म आणि माणूसकीचं जगणं यातील प्रश्नावर निष्ठा असलेले लेखन. प्रयत्न आणि विज्ञानाच्या घेऱ्यातलं चक्रव्यूह शब्दरूपाने विषद करणरा हा अनोखा साहित्यिक. स्वतंत्र लेखनशैली तेवढ्याच कल्पक विचारांची मांडणी करणारा व प्रभुत्व मिळविणारा साहित्यिक. भूकेची जाणीव व पोटाची आग यातील जगणं रेखाटताना, समाजातील प्रचंड समस्या टिपतांना मिस्किल हास्य व टिपण्या देत विडंबन साकारणारा. वाचकांना प्रसंगी करूणामय करून रडविणारा. तेवढाच स्वसाहित्य निर्मिती करतांना भाऊक होत स्वतः रडणारा हा साहित्यिक आम्ही क्षणोक्षणी अनुभवलेला आहे. समग्र कादंबरी, कथातून जगण्याची नवी प्रतिभा शोधायला भाग पाडणारा, साहित्यावर प्रचंड प्रेम करीत एक नवी आस घेवून प्रकट होणारा साहित्यिक व त्यांची डमरू रूपाने दाखल होणारी कथा पुरस्कारांच्या किंवा शाबासकीच्या कुठल्याही क्षणाची वाट न बघता, मौताज न होता हा सरळ मार्गी चालणारा तेवढाच साहित्यिकांच्या गर्दीतून अलगद दूर असणारा निराळाच साहित्यिक होय. त्यांच्या कथेचं स्वागत करायलाच हवं. त्याचं डमरू चला तर आपणही वाजवूया....!

डमरू ही मानवी वृत्ती असल्याचे अनंत दाखले या कथेतून मिळणार आहेत. तेवढीच खोटारड्या जगणाण्याावर ताशेरे ओढवल्या गेले आहेत. ती 'नटसम्राज्ञी' ही कथा तर स्त्री वेदनांच्या, यातनांच्या दशा कलात्मक रीतीने मांडण्याचे कसब. अत्यंत वाचनिय विचार प्रकट करणाऱ्या कथा यात समाविष्ट आहेत. 'उर्मी' ही प्रेमकथा तरूणाईला वेड लावणारी तेवढीच लेखकांना नव्या लेखनशैलीची मांडणी सांगणारी आहे. 'दंश' ही कथा तर अप्रतिम असून बोलीभाषा व त्यातील जगणं कसं वेगळं आहे याची ओळख पटवून देणारी आहे. 'शतरंज' ही हिंसक वृत्तीतून मनाचा तळ शोधीत मानवाला विचारप्रवृत

करून जाते. 'मुखवटा' ही कथा तर स्त्रीच्या लोभाचा उत्कृष्ट नमुना... मान गये यार... गजब... ! अनपेक्षित स्त्री सुखाचा आनंद शोधतांना कलह न होताही प्रेमाची सात्विक परिभाषा देणारी. 'दंडार' ही कला व राजकारणाच्या विडंबनात फसलेली. 'ताईतेलीन' ही कथा ऐतिहासिक मांडणीने तीनशे वर्षपूर्वीचा इतिहास उजागर करीत शौर्याची कहानी देणारी संशोधनात्मक जगातील या विषयावरील पहिलीच कथा होय. वेडी ही गूढ कथा अंतर्मुख करणारी, 'शिदोरी' ही कथा बृद्धाच्या तत्वज्ञाजवळ नेत बाबासाहेबांच्या विचारांचा प्रत्येक मनामनात जागर पेरणारी बहुमूल्य कथा होय. अकरा कथा म्हणजेच समाजातील वायफळ बडबडणाऱ्या, स्वार्थी वृत्तीवर बहुताऊंशी झालेलं विडंबन होय. कदाचित या कथेच्या परिपक्व आशय स्वरूपाने वाचकांच्या मनाच्या सीमा बदलतील हाच आशावाद होय. चला तर रसिकाग्न होत साहित्यिकाला शुभेच्छा देवूया...! पुढील लेखनप्रवासास अनंत शुभेच्छा...!

पुनाराम निकुरे
साहित्यिक
तळोधी (बा.) जि. चंद्रपूर
९४०४१२११४०

१) ती नटसम्राज्ञी

'नशिबाच्याह्या चक्रव्यूहातील,

मी शापित रमाई....

रडू नकोस रे, तळमळते बाळा,

तुझी ही आई....'

ती हुंदके देत रडत होती. अश्रू आवरेना. सोबतच अगदी आर्त स्वरात कण्हत ती गात रस्त्याने जात होती. या गजबजलेल्या रस्त्यावर ती चार महिन्याचं तान्हुलं बाळ कुशीत घेवून पावलांचा अंदाज घेत कधी अडखळत तर कधी डगमगत हुंदके देत तशीच चालत राहिली. तिचं रडणंही आता असह्य झालं होतं. बाळही तिच्या कापऱ्या स्वरा सोबतच भूकेसाठी टाहो फोडून रडत होता. तिला त्याची दया येत होती. पण करणार तरी काय? ती त्याला बघूही शकत नव्हती. तिने हातानींच बाळाच्या निरागस चेहऱ्याला कुरवाळलं. जणू डोळ्यावरील मिटलेल्या की चिपकलेल्या ह्या पापण्या फाडून ती सपाट उघड्या डोळ्याने एकदातरी बाळाला बघावं असंच तिला वाटत होतं. तिने बाळाच्या अजान चेहऱ्याला कुरवाळतच म्हणाली,

'रडू नकोस रे... बाळा, घे.. दुदू... घे!'

'माझा सोनूला...'

तिचं हुंदके देत रडणं, तिचं बाळाला समजावीत पटापट मुके घेणे. पण बाळाचा आर्त टाहो.... पुनश्च वाढत चालला होता. त्याला खूपच भूक लागली होती. त्याला दूधाची जाणीव झाली होती.

वाटेतील एका दगडाला तिचा पाय ठेचाळला. ती पडणार, एवढ्यात तिने स्वतःला आंधळी असूनही सावरले होते. बाळही हातून पडता-पडता राहिले. अलगद बाजूला हात करीत चाचपडलं. एका झाडाच्या बुद्यांचा तिला आधार मिळाला होता. तिच्या ते सहजच

लक्षात आलं. ती बाळाला कुशीत घेत रडत, हात टेकवित मांड घालीत खाली बसली. तिला झाडाच्या सावलीत थोडं बरं वाटलं होतं. पदराने बाळाचा चेहरा पुसला, सोबतच स्वतःचाही चेहरा पुसला आणि तिने बाळाला दूधाला लावलं. पण तिला आता दूधही फुटत नव्हतं. बाळ वारंवार दूधाला तोंड लावत विव्हळत होता. भूक मीटेना म्हणून पुनश्च बाळाचं रडणं. ती चार दिवसापासून अशीच फिरत होती. तिला पोटभरण्यासाठी साधं अन्नही मिळालं नव्हतं. पोटात अन्नाचा कणही नसतांना बिचारीला दूध तरी कुठून फुटणार होतं. पण आईचं मन फार मोठं असतं... नाही? स्वतःसाठी नाही पण बाळासाठी तिला जगावच लागणार होतं. या निर्दयी जगात तिला आपलं गमावलेलं अस्तित्व आयुष्य पुन्हा उभारायचं होतं. तिचं मन या क्षणाचीच जणू अपेक्षा करीत रस्त्यातील अंतर पुढे-पुढे कापित होती. जणू तिच्या अंधारात स्थिरावलेल्या डोळ्यांना पुनश्च उजेडाची चाहूल लागली होती.

तिने बाळाला दूध भरविलं. थोड्याशा दूधाने बाळ आता शांत झाला होता. तिला हायसं वाटलं. तिलापण खूप भूक लागली. हाताने आजूबाजूला चाचपडलं. बाजूलाच नळाच्या तोटीतून पाणी पडण्याचा आवाज आला. ती अलगद उठली. आवाजाच्या दिशेने जात बाळाला सावरत, तिने नळाला हात धरला. धो-धो वाहणारं पाणी. आंजोळ भरूण ती घटाघट पिवू लागली. भूकेची जाणीव ती पाण्यानं शमवित होती. तिच्या पोटातील आतड्यांनाही कळ येत होती. तिने हळूच आपली दुखणारी कूस दाबली. पोटात ॲसीड चरचर करीत जावं अगदी तसेच पाणी तिच्या आतड्यांना चिरत गेलं होतं. तिला पाणी पिवून हायसं वाटलं. थोडं-थोडं पाण्याचा ओलसर हात तिने बाळाच्या चेह्यावर आणि आपल्याही चेह्यावर व डोक्यावर लावला. ती पुनश्च त्या झाडाच्या खाली निवांत बसली. बाळ रडून-रडून थकलं नि अर्धमेला होत निपचित तिच्या कुशीत निजला होता. तिने अंगाई गीत गात आणि हातानेच झोक्याचं स्वरूप देत आंधळ्या नजरेनं त्याला हळूच निरखण्याचा प्रयत्न करू लागली.

'माहयं राजा.... झोप... तुला दूदू देते हं...!'

तिला हुंदके देत पुनश्च रडू आलं आणि वेदनेच्या या मोहजालात ती पुनश्च अगदी क्षीण व हळू आवाजात गावू लागली...

'नशिबाच्या ह्या चक्रव्यूहातील मी शापित रमाई....'

तिचा आवाज अगदी कोमेजून क्षीण व कापरा झाला होता. बाळही अगदी शांत निजले होते. तिच्याही डोळ्यावर झापड येवू लागली आणि तिच्या पूर्वजीवनाची कथा ती

आठवित जीवनाच्या ह्या चक्रव्यूहात गर्क होत राहिली...

तिची शरीरयष्टी कृश झालेली. डोळ्याभोवती काळ्या पखाली पसरलेल्या. तीचं मन अगदी निराशमय. देह थकलेला. मळलेली फाटकी साडी, अनवानी पाय. आणि हरलेलं जीवन...

'ती पूर्वी खूप-खूप सूखी होती परंतु या संसारालाच दुष्ट लागलेली. प्रत्येक संसार म्हणे पैश्यासाठी आणि सत्तेसाठी असाच होरपळत असतो. त्याशिवाय काय दुसरं कुठलं कारण उरतच नाही? तिचं नाव 'रमा' तिच्या आईबाबानी लडीवाळपणे ठेवलेलं. दोघ्या बहीणी, एक भाऊ, घरी चार एकर शेती. सारं काही ठीक व उत्तम होतं. रमाईला मात्र आईचं प्रेम मिळालेलेच नव्हतं...

ती लहान असतांनाच आई वारलेली. बाबानेच तिला लहानाचं मोठं केलं. वयात येताच सुखी संसाराचे स्वप्न बघणारी ती रमाई, छान स्थळ आलं. खाजगी नोकरीला छान पगार मिळवणारा, घरंदाज मध्यम कुटुंबातला तिला जीवनसाथी लाभला. चार- सहा महिने सासू दिर आणि ती अगदी मजेत गेलेले क्षण... पण पुढे? या बदलत्या जीवनप्रवाहातील सासूचं रूप तिला दिसलं. वारंवार बढती मिळविणे तथा चैनिच्या वस्तू खरेदी करिता तिला हुंडारूपाने छळल्या गेलं. तिच्या वडीलाने अगोदरच लग्नात दोन एकर शेती विकून चांगल्या स्थळापोटी दिवाळखोरी स्वीकारली. पुढे या पैशाच्या लालसी मागणीने कर्जबाजारीपणाही आला. परंतु या संसाराच्या रहाटगाडग्यात तिला छळणं थांबलेच नाही. मध्यंतरी तिची कूस फुलण्यापूर्वींच जाळण्याचा प्रयत्नही झाला होता. पण ती एक निष्ठेने सारं काही सहन करीतच गेली. तिचा अर्धवट भाजलेला चेहरा आणि या यातनेनंच डोळे गेलेले. सासूने तिला घराबाहेर काढलं.

पांढऱ्या पायाची अभागीन अपशकुनी म्हणूनच ती त्यांना भासायची. तिचं वेदनारूपी रडत घरी येणं आणि बाबाचं तिला सोडून जाणं एकच ठरलं होतं. तिच्या वेदना व छळ बघून हार्टअटॅकने बाबा गेले. आई तर लहानपणापासून नव्हतीच. एक मात्र भाऊ होता, परंतु त्यालाही त्याची जाणिव अशी नव्हतीच. वाईट मित्र व व्यसनांध दुनियेत तो अपराधी स्वरूप जगत होता. त्याला कुठलीही अशी माणुसकी नव्हती की त्याच्या जीवनाला स्वरूप असे नव्हतेच. याच गुन्हेगारी स्वरूपाने तो तुरूंगात अडकतो. सुटून आल्यावर बहीणीला माया न देता अंतर देतो. निर्दयी होत घराबाहेर काढतो. आता कुणीही उरलेलं नाही. ती माहेरी तरी कशी राहणार? तिची लहान बहीण मात्र बाहेरगावी शिकणारी, तिला घटना की प्रसंगही ठावूक नाही. ती नवऱ्यानं टाकलेली आणि माहेरातून बाहेर पडलेली

असह्य वेदना ऊराशी घेवून जगणारी...

परंतु तिच्या भावाला तो मामा होणार आहे, तिच्या नवऱ्याला तो बाप होणार आहे हे ठाऊकही नसते. त्यांना तिच्या सुखद घटनांची जाणीवही नाही. नामनिराळ्या या स्वभावातील वागणं ती कशी सहन करणार. तिच्या गर्भात फुलणारं, वाढणारं बाळ त्याचं ओझं, वेदना घेऊन ती आधार शोधतेय. पण कोण देणार तिला आधार?

पुढे एका निराश्रीत आईने तिला आधार दिला. तिला आपलसं केलं. आणि रमाई या दुःख वेदनेतही छान गोजीरवाण्या या बाळाची आई झाली. पण त्या बाळाला ती बघूही शकत नव्हती. कारण तिचे डोळे अंधाराशी नातं जुळवणारे होते.

असं आंधळेपणाचं एकाकी जगणं, संसारानं दिलेलं अंतर, बाबाचं जाणं...

मृत्यूसमयी त्यांचं रूपही पाहू न शकणं. भावाचं अपराधी वागणं. घरातून हाकलणं. कसाबसा मिळालेला आधार. पुनश्च जीवनाचं सोनं होईल, पुन्हा हे जीवन उमलेल. निदान बाळासाठी तरी मला केव्हा ना केव्हा घरात घेतील हीच इच्छा होती. पण ज्या माऊलीनं आधार दिला त्या माऊलीचेही एकाएकी जाणं. आधारवडही संपलेला. आता कुठला पर्याय होता. पुनश्च चार महिन्याचं लेकरू कडेवर घेत आधारासाठीची ही वणवण होती.'

ती शांत निजलेली बाळही तिच्या कुशीत विसावलेला. थंड झाडाचा गारवा... पूर्ण आयुष्य तिच्या डोळ्यासमोर तरंगत होतं. तिचं जगणं हे जगणं नव्हतेच. तिला हे जीवन संपवावे असंही वाटायचं. पण लेकरासाठी तर... मनाने ती केव्हाच मृत झालेली होती. जगण्यासाठी आता उरलं तरी असं काय होतं? मरता येत नव्हतं म्हणून जगावं आणि जगता येत नव्हतं म्हणून रडावं. कदाचित जगण्याला नवी पालवी फुटेल. ह्या आशेनंच तिला जगवलं होतं. एका सुखी संसाराची लोभस हव्यासापोटी राखरांगोळी झाली होती आणि सुखाचे स्वप्न बघतानांच संपली ती होती. ती असह्य होती... परिस्थिती अगदी हाताबाहेर गेलेली पण मानवी जीवनातील दुर्दम्य आशावाद हा सरणावर जाईतो असाच तरंगत राहणार होता.

बाळाचं हलणं, तिला जाग आली. त्याला हाताने कुरवाळलं. केव्हापासून उपाशी निजलेली. अगदी शांत वाटलं होतं तिला. बाळ पुनश्च दूधासाठी रडू लागला. तिच्याने उठणेही होत नव्हतं. ती कशीतरी उठली. त्याला घेवून पुनश्च आधारवड शोधण्यास्तव निघाली...

ह्या रस्त्याच्या गर्दीमधून जाणारे-येणारे तिच्याकडे बघायचे. पण तिला तरी ते कुठं ठाऊक होतं? तिची केविलवाणी अवस्था बघून आपलेही मन रडावं... पुनश्च बाळाचं

रडणं वाढलेलं... तिचं कणवाळू मन अंतरंगातून रडू लागलं होतं...

'अरे, थांब रे सोनुल्या... असा तू तरी अंत पाहू नकोस. ती रडवेली होऊन मनाशीच बोलत होती...

'काय वाईट केलं मी....? कुठलं पातक भोगतेय रे बाळा..!'

सहजच ती गावू लागली. तिच्या समोर पर्यायही उरला नव्हता.

'रडू नकोस रे, तळमळते बाळा तुझी ही आई

दूधासाठी तान्हुल्याला दे, पदरात भीक माई

नशिबाच्या चक्रव्यूहातील, मी शापित रमाई.'

ती रडता-रडताच अनपेक्षितपणे पदर पसरून जात होती. बाळाचं रडणं तिच्या गाण्याला जणू कापरं भरवित जणू दुःखद संगीतच देत होतं आणि चालतांना ती एकाएक ठेचाळली, तेवढ्यातच बाळाला सावरलं. थोडीशी समोर जात नाही तोच पुन्हा खांबाला अडगळली. तिच्या कपाळाचा असा नशिबरूपी कपाळमोक्ष झाला होता. पुनश्र्च सावरणं आणि पदरात बाळाच्या भूकेसाठी भीकेची याचना करणं...

'नशिबाच्या चक्रव्यूहातील मी शापित रमाई...'

याच वाटेतील वाटसरूंनी तिची केविलवाणी दयनीय अवस्था बघून दयाभाव स्वरूपी पदरात, बाळाच्या भूकेसाठी, रूपयाचे दान टाकणे सुरू केले होते. पर्याय नसल्याने मिळालेलं दान बघून बाळाच्या कर्कश रडण्यातही ती पुनश्र्च अंतरंगातून अंगाई गाते. नशिबाच्या ह्या चक्रव्यूहाला ती प्रयत्नांती भेदत जाते.

अशा 'रमाईच्या' भूमिकेतील विदारक, दुःखद, कारूण्यमय प्रसंगाचा 'शापित' नाटकातील प्रवेश पडदा पडतो. आणि थिएटर मधील प्रेषकांच्या डोळ्यांत अश्रूचा पूर तरंगत उभे राहून तिच्या अभिनयाला दाद देत टाळ्यांचा गजर प्रतिसाद मिळत असतो.

'केतकीचं' असं नाटकातील कारूण्यमय उच्च पराकोटीचा अभिनय असलेला तो प्रसंग. या प्रवेशात ती तन्मयतेनं रंगून जायची. अभिनयासाठीच जणू तिचा जन्म झाला होता. की अभिनयच तिच्या रूधीरकणात दरवळत होता. हे शोधणही कठीण झालं होतं. अशा दुःखानुभवाचा आविष्कार हजारो प्रेषकांच्या अंतरंगाला प्रबोधनरूपी बोचायचा. तिच्या या अभिनयाला नावच नाही तर टाळ्यांचा गजर प्रतिसाद तिला साद द्यायचा. प्रत्येक प्रयोगात असं हजारो रूपयाचं कारूण्यमय बक्षीस तिच्या पदरात सहजच मिळायचं. जेव्हा 'केतकी' या कारूण्यमय प्रसंगाला साकारून ड्रेसींग रूममध्ये यायची तेव्हा ती खरेच नटसम्राज्ञी म्हणून गणली जायची. प्रेषकांनी मान्य केलेली नटसम्राज्ञी...

टाळ्यांच्या गजरात तिचं स्वागत होणारी नटसम्राज्ञी.. रसिकांना दुःखाचा पाझर फोडून प्रत्येकांना रडवणारी नटसम्राज्ञी...

केतकीचं असं तन्मयतेनं अभिनयात प्राण ओतणं यामुळेच ती फार नावाजलेली तेवढीच प्रमुख नटी म्हणून ओळख तर अनेक संस्थांनी तिला बरेचसे मानसन्मानही दिले होते आणि आता तर शासनाचा नटसम्राज्ञी मानाचा पुरस्कारही... तिच्या अभिनयाची नि तिची उंची वाढवणारा असाच होता...

केतकीचं नाव आता उंच शिखरावर पोहचलेलं होतं. अमाप कीर्ती आणि पैसा तिला कमी वयातच मिळाला होता आणि यातच तिचं 'शेखरशी' लग्न झालं होतं. शेखर चित्रपट निर्माता आणि फार मोठा दिग्दर्शक होता. तिच्या अभिनयावर आणि तिच्या सौंदर्यावर तो भाळला होता. त्याचं तिच्याशी ओळखीचं रूपांतर पुढे प्रेम प्रसंगात आणि नंतर विवाहात बदललं होतं...

केतकी पाहायला सुंदर, सालस, साध्या निर्मळ स्वभावाची होती. तिने प्रसिद्ध आणि समव्यवसायात जाणकार असलेल्या शेखरला अगदी खुशीनं एकरूप होत स्वीकारलं होतं. शेखरच्या घरात विवाहरूपी पहिलं पाऊल टाकलं होतं...

अगदी काही दिवस सुखात आनंदात गेले. पण एखाद्या वर्षातच शेखरने तिला अभिनयापासून दूर सारलं. तिला नाईलाजाने ही अभिनयबंदी स्वीकारावी लागली होती. कारण ती आता शेखरच्या बाळाची आई होणार होती. आपल्या अंगातील अभिनयकला ही दुनियेला दाखवायची होती. परंतु शेखरची आई अर्थात सासू 'स्त्रियांनी रात्रो घराबाहेर पडून स्टेजवर नाचणं, अभिनय करणं याला विरोध करायची.' सासूबाईच्या जुनाट स्वभावालाही औषध नव्हते आणि यातच केतकीचे व सासूचे भांडण व्हायचे. केव्हा-केव्हा केतकी हिरमुसून हमसून रडायची. पण पुढे आपण अभिनय करणारच हा निर्धार तिने ठेवला होता. कधी वाटायचं की या संसारानेच तिला या नाट्य अभिनयक्षेत्रात बंदी लादली आहे. हळूहळू दिवसे उलटत होती...

केतकी आपल्या बाळाच्या आगमनात सुखी संसाराचे स्वप्न रंगवीत होती. अधामधात सासूशी तोंडही वाजायचं. शेखर आपल्या चित्रपट व्यवसायात एवढा गर्क होता की, तो बराचसा वेळ बाहेरच असायचा. केतकी त्या दिवशी सिनेमा सेटवरून हास्पीटलात तपासणी करिता शेखरच्या सोबत गेली होती. घरी परततांना मात्र विपरीतच घडलं. शेखरच्या कारला अपघात...

ती चक्कर येवून शांत पडली होती. तिची सासूही बातमी ऐकून सावरू शकली नाही.

शेखरच्या कारला अपघात झाला आणि त्यातच तो दगावला. बाळ जन्माला यायच्या अगोदरच बाप बाळाला पाहू शकला नव्हता. केतकी या दुःखसागरात पार डुबून गेली होती मात्र केतकी अपशकुनी नि पांढऱ्या पायाची असल्याने शेखर दगावला अशी सासूबाईची समजूत. सासूनं तिला अखेर घराबाहेर काढलं होतं. सासूला तिचा काहीही आधार वा उपयोग होणार नव्हता. कारण शेखरसोबतच्या अपघातात डोळ्यात काच जावून केतकीही कायमचीच आंधळी झाली होती आणि 'शापीत' नाटकातील तो काल्पनिक विदारक प्रसंग तिच्या जीवनात सत्यस्वरूपानं खरेच ओढवला होता...

केतकी, आपल्या बाळाला कटेवर घेवून दृष्टिहीन... हाताने आधार शोधत रस्त्यावरून अनवानी... ती बाळाला बघुही शकत नव्हती. बाळ रडतो आहे... त्याचा दूधासाठी कर्कश आवाज... तिचं स्वतःवर ओढवलेल्या दुःखाला पाहून रडणं... तिचं कापरं भरवणारं रडणं... एकाएकी पाठांतर असलेलं ते शापीत नाटकातील अंगाई गीत ओठावर येते...

'नशिबाच्या चक्रव्यूहातील मी शापित रमाई...

रडू नकोस रे, तळमळते बाळा तुझी ही आई

दूधासाठी तान्हुल्याला दे पदरात भीक माई

नशिबाच्या चक्रव्यूहातील, मी शापित रमाई...'

येणारे-जाणारे रत्यावरील लोकं तिच्याकडे बघायचे. तिच्या पदरात पडणारा भीकस्वरूपी पैशाचा पाऊस...

खरेच!

केतकी....

ती नटसम्राज्ञी होती...

000

२) ऊर्मी

वय 28,वर्ष पूर्ण

अविवाहित,

ऊर्मीला,

काल मी वाढदिवस साजरा केला. अगदी पहिल्यांदाच, या अगोदर वळीवाच्या पावसागत वाढदिवस केव्हा यायचा नि निघून जायचा हे कळायचंही नाही. आज पहाटेलाच मला जाग आली. बघते तर काय? पाच वाजलेत...

इथं आल्यापासून पहिल्यांदाच मी पहाटेला उठली होती. नाहीतर दररोज मी सातला उठायची. बेडवरून उठून माऊथब्रश हातात घेत मी डोळ्यावर पाणी शिंपडलं. नॅपकिनने हलकेच चेहऱ्यावर फिरवून केसांचा पुंजका बांधला. अंगावरील गाऊन योग्य तो व्हिवळत मी दार उघडलं.

हलकीशी वाऱ्याची मंद लहर अंगाला शहारून गेली. प्रभात खरंच मनमोहक असते. घराबाहेरचं वातावरण अगदी शांत होतं. अजूनही थंडीच्या दिवसातील पहाट उजळायला थोडाफार अवकाश होता. चार दोन दुधाळ पक्षी घरट्यातून किलबिल करीत जागे झाले होते. मी अंगणात सैरावैरा रंग उधळू लागले.

माझं घर तसं किरायाचं, चार कवेलूच्या खोल्याचं हे घर. दोन खोल्यात मी राहू लागली. अजूनही दोन खोल्या रिकाम्याच होत्या. घरमालक बाहेरगावी राहायचे. घराच्या परिसरात फार मोठी मोकळी जागा, वालकंपाऊंड, बाजूला हिरवीगार शेत, अगदी अर्धा कि.मी. अंतरावर डोंगरराई. माझ्या स्वगावापासून तिनशे मैलाचं अंतर कापीत पहिल्यांदा चार महिन्यापूर्वी इथे आली. त्यावेळेस मला तीन शतकं अंतर कापल्यासारखं वाटलं. महाराष्ट्रातील पूर्वेकडल्या डोंगर इलाक्यातील हे अंतापूर. जीवनाचं अंत पाहायलाच लावणारं वाटलं.

सहलीमध्ये महाबळेश्वर, उटीला जावं अगदी तसं, तीस पस्तीस कि.मी. टेकडीवर

चढत-उतरत नागमोडी वळणाने मी इथे आली. महाराष्ट्र-आंध्रप्रदेशाच्या सीमेलगत विसावलेलं टेकड्यांच्या, जंगलाच्या राईत दडलेलं हेच ते अंतापूर.

गावात पन्नास कुटुंब, बहुताअंशी आदिवासी समाजाच्या लोकांनी इथं वस्ती केली होती. चार, दोन इतर समाजाची घरे, गावात एक प्राथमिक शाळा आणि को. ऑफ. बँक, दोन किराणा दुकान, एक छोटसं चायपानाचं खेडवळ हॉटेल बस! एवढच जग, डोंगरउतारावर कापूस, सोयाबिनची शेती. दुसरं काय?

हं! मी इथे उभी आहे. म्हणजे, मी राहते त्या घरापासून शंभर मीटर उजवीकडे गाव सुरू होतं. डावीकडे तेवढ्याच अंतरावर शाळा, समोर बँक, तिथूनच समोर जाणारा हा रस्ता, गावाच्या बाहेर तालुक्याला जातो. इथूनच पाच सहा खेड्यातील लोक ये-जा करतात. हा एकमेव रस्ता.

ह्या इलाक्यातील मध्यवर्ती ठिकाणच म्हणावं हवं. तसं चार महिन्यापूर्वी मी इथे आली, तेव्हा खेड्यातील लोकजीवन पाहून रडली. पण आता तसं नाही. अगदी गजबजलेल्या शहरापेक्षा हा निवांतपणा मनाला मोहरवून टाकतो.

मी शाळेत शिक्षिका म्हणून रूजू झाले. सोबतीला एक म्हातारे शिक्षक, दोघच, सोळा मुलं बस!

माऊथब्रश करीत रस्त्यांनी अनवाणी पायाने मी टेहळणी केली. आता उजाडलं होतं. बाथरूममध्ये येवून वॉश केलं. स्टोव्हवरती काळा चहा ठेवला. इथं दूध मिळत नाही म्हणून दररोज काळी चहा घ्यावी लागते. तसं मी पावडर वापरते. पण ती पावडरची चहा पीनं मला नाही आवडत.

होय, आज एकोणतिसाव्या वर्षाचा पहिला दिवस, माझ्या जीवनाची सत्तावीस वर्ष तशी धकधकीत गेली. अठराव्या वर्षीच आईवडील गेले. काकांनी सांभाळ केला. तशी मी सातवीपासून लेडीज होस्टेलवर राहिली. बाविसाव्या वर्षी डी. एड. झालं नि शिक्षण संपलं. पुढे कॉलेजात जावं पण शिकण्याचा मूड निघून गेला होता.

चार, पाच वर्ष नोकरीसाठी प्रयत्न केले पण, एक वर्ष नापास झाल्यामुळे, टक्केवारी कमी असल्याने नोकरी मिळायला विलंबच लागला आणि आता ह्या अंतापूरात लांब नोकरी मिळाली.

काकूचा स्वभाव फारसा चांगला नसल्यानं तिचं नि माझं कधी जमलच नाही. काकांनी लग्न करून द्यायचं ठरवलं पण पाहुणे यायचे नि जायचे.

काका फार भले! माझ्या लग्नासाठी अथक उंबरठे झिजवले. नशिबानं माझं लग्न

जोडीदार ठरवलं नव्हतं. त्यांच्या प्रयत्नाला काय अर्थ?

लग्न तरी कसं होणार! मला रूप, सौंदर्य अजिबातच नाही. काळं सावळं म्हणतात ना अगदी तशीच! लोकांना आजकाल स्मार्ट वधू पाहिजे. नेमकं एवढेच कारण.

कॉलेजात शिकतांनाही कुण्या मुलांनी माझ्याकडे पाहिलं असेल तर देवाशपथ! मात्र इतर मुलींशी लगट करणं, हसणं बोलणं नित्याचच असायचं.

लहान असतांना डांबर प्लान्ट म्हणून हिणवणाऱ्या काकांच्या मुलीचा मला रागही यायचा! हीच घृणा मला शाळेत, होस्टेल, पुढे कॉलेजातही राहिली. तशी मी मैत्री केलीच नाही. कुणी बोललं तर बोलायचं अगदी मोजकं. मुलांनी मला दुकून पाहिलं नाही, याचा मला बराचसा फायदा झाला. तशी मी अभ्यासातही एवढी हुशार नव्हतीच. पण वारंवार वाचनानं मी मध्यम वर्गात समाविष्ट झाली होती. अखेर डी. एड. ला मानसशास्त्रात नापास झाली.

मला पुस्तकातलं काय? जीवनातलं मानसशास्त्र कधी कळलं नाही. अखेर संघर्ष करीत मी इथपर्यंत.

आता कधी स्वगावी, ते काका, काकू नको! त्यांनी एवढं केलं त्याचं ऋण पैशाने फेडूच! कसलं पैशाने? माझ्या बाबाचं घर नि दोन एकर शेत मी त्यांनाच देवून टाकणार.

मला सख्खा असा भाऊ एकच, माझ्यापेक्षा आठ वर्षांनी लहान, सध्या तो नागपूरला इंजिनिअरिंग करतो. आता त्यालाही मी आधार देणार. तोही होस्टेलात राहतो.

सकाळीच उठायचं. एकटीचे काम आटोपायचे. दहाला शाळेत, पाचला घरी आलं की रूमवरच एकट्याने राहायचं. तसं खूप एकांतवास व्हायचा. पण मला ते आवडायचं. इथं फारशी चार, दोन व्यक्तिशी ओळख पण, आपण मुलीची जात कुणाकडं जाणार? आपल्या रूममध्येच लायब्ररीतलं पुस्तक वाचायचं. तसं कथा, कादंबरी वाचनाचा छंद मला दहा-वीस वर्षापासून नियमीत सुरूच आहे.

यामुळं मला कधीही एकटं वाटलं नाही. घरातली कामं उरकलीत. वालाच्या शेंगा नि पालकचं सूप बनवलं. जेवण घेतलं. नी शाळेत गेली. सर आज मिटिंगला गेल्यानं मी एकटीच शाळेत होती.

मुलं अभ्यासात मग्न झालीत. दुपारचे बारा वाजले. शाळेच्या दारातून काळ्यासावळ्या वर्णाचा, उंच धिप्पाड देह, तिशीतील पुरुष आत आला.

'मॅडम, प्लीज एक काम होतं!'

माझं अवधान नसल्यासारखं, दाखवित मी त्यांच्याकडे कटाक्ष टाकलं. कागदाची

आवराआवर करीत मी वऱ्हाड्यांतील खुर्चीवर बसण्यास विनंती केली...

प्रभात,

वय 27 वर्ष पूर्ण,

आजच मी बॅंकेत बदलीच्या ठिकाणी अंतापूरला रूजू झालो. स्वगावापासून दोनशे कि.मी. अंतरावरचं गाव पाहून मी गोंधळूनच गेलो. इथे येताक्षणीच मला नकोसं वाटलं. अशा आडवळणावर बदली, वाटलं की राजीनामाच द्यावा, पण जगण्याचं साधन कोण सोडणार बरे!

माझ्या नोकरीला पाच वर्ष झालीत नि बदलीचं ऑर्डर आलं. आमच्या खात्यात दर पाच वर्षांनी बदली होते एवढं नक्की.... पण एवढ्या दूर अंतरावर यावं लागेल असं वाटलही नाही.

बॅंकेत आम्ही दोघंच, एक म्हातारा व्यवस्थापक आणि मी लिपीक, गावातला एक मुलगा डेली करिता मदतिला ठेवला आहे. तसं इथं बॅंकींग व्यवहार शून्यच म्हणावं लागेल. पाच, सहा गावं, शाळामास्तरांच पगार दुसरं काय?

काम बघता दिवसाकाठी पाच, दहा लोकांचा व्यवहार, शहरातल्या बॅंकेत काम करतांना थकून जायचो. पण इथे मात्र सुखही सुख. या दृष्टिकोणातून हे गाव फार बरं!

बॅंकेत बारानंतर कुणीही आलं नाही. व्यवस्थापकाशी चौकशी केली तेव्हा, 'एक खोली मिळेल, शाळेतल्या मॅडमला विचारून बघा.'

लगेच मी आवराआवर करून शाळेत पोहचलो. मॅडमही अगदी माझ्याच वयाच्या, त्यांनी मला बसायला विनंती केली. मला त्यांच्याशी बोलतांना कसं संकोचल्यासारखं वाटायचं, त्यांनीच विषयाला सुरूवात केली. 'हं, बोला, काय काम म्हटलंत?'

मी परिस्थितीचं वर्णन करून रूम किरायाने मिळवून घेतली. आम्ही दोघेही दुपारलाच रूम पाहून आलोत. त्यांच्या एवढेच मला भाडं द्यायच होतं. तसं मी कपडे नि थोडं सामान सोबतच घेवून आलो. मला रूम आवडली. नंतर आवश्यक सामान इकडेच घ्यायचं ठरवलं. एवढ्या लांब अंतरावर कशाला हवं जास्त बोझा?

इथला खेडवळपणा, सुखसोयीचा अभाव बघून आठ पंधरा दिवसांनी गावाकडे जायचं ठरवलं. चार, दोन वर्ष आटोपली की, बदली काढायचं एवढं मात्र नक्की. रूम पाहून पुन्हा मात्र कामावर गेलो. आज इथला दिवस बराच लांब वाटला.

सायंकाळी पाचला रूमवर पोहचलो. रूमची साफसफाई केली. सामानाची विल्हेवाट लावली. एवढ्यात मॅडम शाळेतून आल्यात.

"वा छान! संपूर्ण तयारी झाली वाटते. कशाला एवढा त्रास घेतला, मी करणारच होती.''

मला मॅडमनी लाजवलं होतं.

"काम करण्यात कसला आलाय त्रास, हे तर करावच लागणार ना! आणि आता तर नेहमीचेच कुठपर्यंत दुसऱ्यावर अवलंबून रहायचं?''

मी न संकोचता बोललो. मॅडमचा स्वभाव मला छान वाटला. मॅडम दार उघडून आत गेल्या. रेडीओ सुरू केलं.

'कोई ना कोई चाहिए.....प्यार करनेवाला....' शाहरूखचं सुरेख सुंदर गाणं सुरू झालं होतं. मला सुद्धा हे गीत आवडायचं, यामुळं अंगात कशी शहारी उमलायची.

रात्रभरचा प्रवास नि थकवा घालवायला मी बाथ केलं, कापडं बदलविली. त्या कपड्यावर कशी धूळ बसली नि घाण वास यायला लागली होती. भूकही जोराची लागली. गावाहून आणलेला डब्बा सकाळीच संपला होता. किराणातून सामान आणून स्वयंपाक करायचं ठरवलं.

"बाबुजी इकडेच स्वयंपाक बनविते आहे, जेवण करायचं हं!''

मला बाबुजी म्हणून हाक मारली. तसं आम्हा बॅकेतल्या कर्मचाऱ्याना बाबुजीच म्हणायचे. मलाही बरं वाटलं. तरीपण उद्याच्या सुरूवातीसाठी किराणा घ्यायला बाहेर पडलो.

"मॅडम, मी किराणातून सामान आणते हं!''

मी तिला सांगित हातात थैला घेऊन बाहेर पडलो. ती स्वयंपाकाच्या तयारीला लागली होती. रस्त्यांनी जातांना वारंवार मात्र तिचे रूप मनपटलावर येत होतं. काळंसावळं तजेल रूप, तिचा मनमोहक स्वभाव, मला केलेली मदत, खूप बरं वाटलं मला!

सामान खरेदी केलं. परतताच तिच्या रूममध्ये गेलो. कॉटवरती बसलो...

"झाली काय खरेदी?''

"होय!''

"काय घेतलं?''

"जीवनासाठी लागणारं सारं काही.''

"वा छान! समर्पक उत्तर येतात तुम्हाला, बॅकेत कविता वगैरे तर नाही करत.''

ती मनमोहक हसली.

"नाही बाबा! तसं काही नाही, एवढं कुठं सुचणार मला?"

रेडीओवरती बातमीपत्र सुरू होतं. मी तिच्याकडे निरखून पाहिलं. अंगाला चिपकलेल्या बिलोरी गाऊनकडे पाहात मी म्हटलं,

"काय बनविलं?"

"तुम्हाला आवडेल असच."

"तुमचही काव्यात उत्तर, तुम्ही करता काय कविता?"

"नाही, पण दोन-चार केल्या आहेत, आठवलं ते कागदावर उतरवलं."

वाटाण्याचं उसळ, पापड, लोणचं, भाकरी, चटणी खूप काही. तीनं जेवायला ताट वाढलं.

"आणि तुम्ही..."

"तुमच्यानंतर..."

"असं कसं, आम्ही घरी मिळूनच बसतो. घ्या की, तुम्ही लाजू नका!"

ती स्मित हसली. बुभूळातील प्रेमधुंद कटाक्ष अंतरंगाला बहरवित होता. मिही तिला हसून साद दिली.

"तुम्ही इथं एकट्याच असता. कुणी सोबतीला घेतलं नाही?"

दोघेही जेवण करीत होतो. तिने आपली कहाणी थोडक्यात विशद केली. मला थोडं उदास वाटायला लागलं.

"आणि लग्न वगैरे!"

तिच्या अंतरंगात माझ्या प्रश्नामुळं भावनावशता येबू लागली. डोळयातून अश्रू ओघळणार एवढ्यातच तिनं टिपलं. ती मनसोक्त लग्नाचे विचार त्याविषयी परिस्थितीचं गर्भ विशद करती झाली.

जेवन आटोपलं, भांडीकुंडी गोळा झाली. तिच्या गर्भगळीत दुःखाला मी वारंवार आठवू लागलो. उजव्या बाजूच्या आलमारीकडे लक्ष टाकलं. लायब्ररीत शंभराहून अधिक पुस्तके दिसली.

"वाचन खूप करता म्हणायचं!"

"होय, इथलं एकमेव करमणुकीचं साधन आहे ते. तुम्हीही अशी वाचनाची आवड लावून घ्या! नाहितर दिवसं काढणही कठिण होणार तुम्हाला."

"कुठलं पुस्तक आवडलं तुम्हाला?"

ती विचार करीत हेलकाव्याने प्रेमळ भाव आणित बोलली.

"कुठलं, म्हणजे सगळीच आवडतात. पण राजहंसचं मंजिल उपन्यास फारच भावलं."

"असे काय आहे त्यात?"

"सांगावं तर खूप काही, आपलं अंतरंग, प्रेम, दोन मनाचं अचंबित मिलन. सतयुग मे सिताए मरती थी, आज राम मरणे लगे है. असं जीवनाचं प्रतिबिंब, खरंच! दुःखाचं डोंगर मनावर असतं ना, तेव्हा वारंवार मी ही मंजिल वाचते. दुःख हरवतं, फार बरं वाटते मला."

"बरं तर आज मी वाचणार, देणार काय वाचायला?"

"न द्यायला काय झालं, न्या की?"

"बरं गुडनाईट!"

मी आणि ती बराच वेळ पहिल्यांदाच बोलत बसलो. तशी परस्त्रीशी बोलण्याची माझी पहिलीच वेळ होती. आजतागायत मी इतकं कधीही कुणाशिही बोललो नाही.

अंथरून टाकलं. पाय लांब केले. जेवण थोडं जास्तच झालं होतं. बोलतांना भराभरा कसं पोट भरलं. तेही कळलं नाही. रात्रभराच्या प्रवासानं माझं शरीर थकलं होतं. डोळ्यात धुंदी चढायला लागली होती. पुस्तक वाचण्यात मन नव्हतं. मंजिल चाळलं नी बाजूला ठेवली. डोळे मिटले. मंजिल, खरचं! मॅडमची मंजिल काय? हे तर कळणार नाही ना! असू दे उद्या वाचू.

बराच उशीर झाला होता. तिच्या खोलीतले दिवे मालवले होते.

ऊर्मिला

मी अंथरूणावर पडली, आज कसं शेजारी असल्यानं छान करमणूक झाली नाही का? मलाही थकवा येत होतं. पण अंथरुणावर पडल्यावर बरिच रात्र मला झोप येत नसे. माझ्या अंतरंगातील उर्मी दाटून यायची.

कित्येक रात्र मी अशाच घालवल्या, बघा ना! अजूनही आपण वराचा शोध घेत आहोत. आता आपल्याला नोकरी मिळाली. एखादा शिक्षक मिळेलच हीच आशा घेवून जगते आहे.

छान स्वभाव आहे त्यांचा, बोलायलाही अगदी मोकळे. मी पहिल्यांदाच त्यांना पाहिलं तेव्हाच त्यांच्या प्रेमात पडली. होय! प्रथमच मी कुण्या परपुरूषाचा विचार केला होता.

पुस्तक देतांना त्यांचा झालेला स्पर्श, माझं मन पुलंकित झालं होतं. वयात आल्यापासनं प्रथमच मनाचं अंतरंग उलगडणारा हा स्पर्श भासला. वाटलं एकदम घट्ट मिठीत घ्यावं. त्यांचे डोळे माझ्याकडे कसे रोखून बघत होते. माझं अंग ह्या गाऊन मध्ये कसं उन्मळून येतं. ही जीवनाची उर्मी कुठवर तग धरणार.

मी बरीच रात्र निपचित पडली होती. झोप यायचं नावच नाही. मन बेचैन झालं होतं. विकार, वासना माझ्यावर जोर धरायला लागल्यात.

दारावर टक-टक वाजलं. एवढ्या रात्री कोण असेल?

बाबुजी, खरच बाबुजीचा काय उद्देश असेल बरे!

"कोण?"

"मी....मी आहे, मला पाणी हवं होतं. पाणी न्यायलाच विसरलो."

मी उठली, दार उघडलं. डोळे चोळण्याचं नाटक केलं...

"माफ करा हं! त्रास देतोय तुम्हास. खूप घश्याला कोरड पडली. रोज रात्रौ मला मगाभर पाणी हवं असतं. मला आठवणच राहिली नाही..."

"या ना, आत या!"

मी मगाभर पाणी दिलं. त्यांनी घटाघटा पाणी पिलं.

"काय छान झोप लागली ना!"

"होय, थकव्यामुळं लवकरच डोळे लागले. बरं गुड नाईट!"

मी दार लावलं. अंथरूणावर पडली. आणखी तेच विचार. उर्मी.....मनातली उर्मी.......बाबुजीच्या कवेत.....नको.....विचार उन्मळून येत होते. मी केव्हा निद्राधिन झाली कळलेच नाही.

प्रभात

एका महिन्याचा काळ लोटला असेल. मध्यंतरी मी गावाकडेही गेलो. ऊर्मीला नि माझी छान गट्टी जमली होती. दररोज हसणं, मनमोकळेपणाणं चर्चा करणं, वगैरे आलेच. रात्रौ बराच वेळ कधी ती माझ्याकडे तर कधी मी तिच्याकडे बसायचा.

मंजिल वाचली, मलाही वाचनाचा गंध लागला. भराभरा मी बऱ्याच कांदबऱ्या वाचून काढल्या. त्यात एक कळलं. ऊर्मीला उत्तांग स्त्री चित्रणाच्या कादंबऱ्या वाचायची. तिचं

मन उर्मी ने पुलंकित होत असावं. एक दोनदा तर जाणून तीने स्पर्श, लगट करण्याचा प्रयत्न केला.

त्यादिवशी तर चक्क! तिचं नि माझं बाथरूम घरामागे एकच होतं. ती आंघोळीला गेली. पण दारावरची कडी लावायला विसरली असेल. मला काय माहीत? मी ही आंघोळीला... पटकन दार ढकललं. क्षणभर डोळे मिटले, तिनेही माझ्याकडे पाहिलं नि दार लोटलं.

मला फार पश्चाताप झाला. ऊर्मीलाला मी अर्धविवस्त्र पाहिलं होतं. दिवसभर मनात तीच गोष्ट. मला माझीच लाज वाटायला लागली. तशी तिही त्यादिवशी काही बोलली नाही. मात्र त्यानंतर त्या विषयावर मी बोललो नाही.

ऊर्मीला माझं स्वयंपाक दररोज करायची. मी तिला नकारही दिला. पण शेजारधर्म, सेवाधर्म म्हणून ती सांगायची.

काल मी तिला म्हटलं.

"मला वारंवार तुमच्याकडे जेवणं आवडणार नाही."

"नाही आवडत तर नका जेवन करू!"

थोडं रागानेच ती बोलली, मिही तिला दुखावल्यानं नाराज होतो. रात्रौ ती माझ्याशी काही बोललीच नाही. मुकाट्यानं पोळी, भात, दालफ्राय, चटणी, लोणचं ताट माझ्या रूममध्ये आणून ठेवलं. तसा मी स्वयंपाक करण्याचा बेतही आखला. तिचं राग पाहून स्वॉरी म्हणावं, पण बोलण्याच्या आतच ती रागाने निघून गेली.

मी थोडावेळ पुस्तक वाचलं. नी दारातून पाहिलं. ऊर्मीला जेवायला बसली होती.

मी माझं ताट पकडून तिच्या समोर जावून बसलो. तीनं माझ्याकडे पाहिलही नाही.

"एवढा रूसवा बरं नव्हे!"

मी तिच्याकडे स्मित हास्य करीत म्हटलं. तिने माझ्याकडे पाहिलं. तिही हसली. आज आणखी आमचं जेवण भरपूर झालं होतं.

"अहो मॅडम, असं रोज तुमच्याकडे, मला तरी खरेच हे योग्य वाटत नाही. तुम्हाला वाटतच असेल तर मी केव्हा स्वयंपाक बनवायचं आहे ते कळवा... मला काय आयत मिळाल्यावर? असेही नशीब असावे लागतात."

मी तिला म्हटलं नि हसलो. तीही क्षणातच मंद हसली. लगेच मनातच ठरवलं नि म्हटलं,

"बरं, तुम्हाला मेस सुविधा पुरविण्याचा मोबंदला दिला तर चालेल ना!"

"जशी तुमची इच्छा!"

मला तिच्या स्वभावाचा हेवा वाटायचा. मलाही ती आवडायला लागली. माझ्या हृदयातील प्रेमगंध जागृत झालं होतं. पण आपण तिला हवे असेल काय? आपलं फिल्ड नि तिचं.... दोघेही वेगवेगळे. तिने सामानाची सारवासारव केली. मला स्वतःला रूममध्ये जावं असही वाटलं. पण तिच्या कपाटातील पुस्तके चाळित बसलो. डिसेंबर महिन्यातील कडाक्याची थंडी, खूप गारवा वाहत होता. बाहेर निरभ्र आकाशात ओथंबून चांदण्या पसरल्या होत्या.

गाव तसं लवकरच झोपी गेलं. दारातून आलेला गारवा मनाला प्रसन्न करीत होता.

"किती छान वाटतं इथलं मनोरम्य वातावरण!"

"हो ना! अगदी प्रसन्न, जावू या का फिरायला."

मी तिला आडेवेडे घेतले नाही. दोघेही अनवाणी रस्त्यानी फिरायला निघालोत. गार वाऱ्याची मंद झुळूक अंगाला झोंबत होती. फार प्रसन्न वाटायला लागलं. शीतल चांदणं...., तारा...., मनतारा.... माझ्या जीवनात ऊर्मीलारूपी तारा अगदी लगट करीत होता...

बराच वेळ आम्ही बाहेर फिरत राहिलो. शरीराला बोचरी थंडी जाणवू लागली. आम्ही मागे वळलो. मी स्वतःच्या रूमकडे वळलो. ती ही गेली. मी तिच्याकडे एक नजर टाकली. तिच्या नयनातील बेधुंदपणा मला जणू साद घालीत होता. अंथरूणावर पडलो, माझी मंजील मला डोळ्यात तरळतांना दिसली...

ऊर्मीला

अकरा महिने लोटले, मी आणि प्रभात आजूबाजूलाच राहात होतो. आमच्यातलं अंतर होतं तेवढच राहिलं. माझ्या मनात यायचं, आपण पुढाकार घ्यावा. लग्नाची मागणी घालावं. पण आपण त्याला आवडणार काय? हाच प्रश्न पडायचा. कुणी मनमोकळं बोललं म्हणजे प्रेम असतं काय? तसं त्यांच्याही मनात माझ्या बद्दल काय होतं कुणास ठाऊक. पण त्यांनी कधी माझ्या जवळ विषय काढलाच नाही.

तसं त्यांनी पुढाकार घ्यावं, माझ्या मनात वारंवार उर्मी दाटून यायची. कधी वाटायचं, हे दार तोडून जावं. कधी जवळ असलो की, म्हणावसं वाटायचं,

'किती अंत बघतोस रे या अंतापुरात...'

पण... हिंमत जुळलीच नाही. रात्र-रात्र मी प्रभातच्या सहवासाच्या आठवणीचे स्वप्न रंगवायची...

एकदा त्यांनी मला बाथरूम मध्ये विवस्त्र बघितलं. मी कधीही बोलले नाही या विषयावर, त्यानंतरही बरेचदा गाऊनचे बटन खुलं ठेवलं. जाणून स्पर्श करण्याचा प्रयत्नही केला. पण त्यांनी मला कटाक्षाणे टाळलं.

बरेचदा उत्तेजित करणाऱ्या स्त्री कादंबऱ्या त्यांना वाचायला द्यायची. पण त्याविषयी कधी चर्चा केली नाही. माझं पुढाकार घेणारे मन हळूहळू अंतरंगातील उर्मी दाबून रडतच राहिलं...

काल शाळेत असतांना, सुंदर, गोरापान, उंच, धिप्पाड, पाचफुट सहा इंच शरीरयष्टी असलेला पुरूष आत आला. सरांशी त्याची ओळख असेल, नुकतेच ते जवळच्याच शाळेत बदली होऊन आले होते. सरांशी त्याचं बोलणं अगोदर झालंही असेल.

सरांनी मला बोलावलं. त्यांचा परिचय दिला.

रमेश, वय तीस वर्ष, शिक्षक. माझ्याच समाजाचा, घरचा श्रीमंत, त्यांनी मला लग्नाबद्दल विचारणा केली. मला त्यांचा मनमोकळेपणा आवडला. त्यांनी विचार करून कळवायला सांगितलं. मी बराच विचार करीत राहिली. सरांनी मला त्यांच्याविषयी प्रोत्साहन दिलं. लवकरात लवकर कळवायला सांगितलं.

मी त्यांचाच विचार करते आहे. रात्रौ जेवण आटोपलं. प्रभातही आज फारसा काही बोलला नाही. माझं मन वेगळं असल्याने असेल कदाचित.

मी अंथरूणावर पडली, काय करावं? द्यावं काय होकार? पण....एकदाच पाहिलं, आपण त्यांना ओळखतो तरी कुठे? पण, शिक्षकच आहेत ना! वरून आपल्याच समाजातील. एवढा सुंदर पुरूष, आजपर्यंत मनात येत होतं ते सारं काही. त्यांना आपण काळंसावळं असूनही पसंत आलोत, काय करावं?

की, विचारावं प्रभातला, सांगावं मनातलं बेत. काय म्हणेल तो. प्रभात झोपला असावा. त्याच्या खोलीतले दिवे मालवले होते. विचाराचं चक्र सुरू झालं होतं. निर्णय घ्यायला हवा. प्रभात की, रमेश.

प्रभातवर आपलं प्रेम आहे. पहिलंच प्रेम, आणि रमेश छे! नाही, पण पाहायला कसा देखणा आहे तो, कदाचित तो सुद्धा आपल्यास समजून घेईल. त्यांना आपण आवडल्या शिवाय का मागणी घातली.

मी अंथरूणावरून उठली, प्रभातच्या दारात गेली. माझे पाय थबकले, वाजवावं काय दार? माझ्या हृदयात कंप सुटला. कपाळावर घामाने जागा घेतली. स्पंदने वाढली. मी माघारी परत रूममध्ये आली...

विचारावं की विचारू नये? हं! आठवलं, आपण नाही का लहान असतांना चितपट करायचो, करायचं का चितपट?

चित आली की, प्रभात नि पट आली की, रमेश... नाही तसं नाही, जर पट आली नि रमेशला होकार दिलं तर प्रभातचं काय? त्याच्या मनात जर का आपण असलो तर! तो आपल्याला कदापिही क्षमा करणार नाही.

आपण चितपट करायचं, चित आली तर प्रभातला विचारायचं. पट आली तर? नको, माझं मन अधिर झालं होतं. जावं प्रभातच्या कुशीत, स्वतःला झोकून द्यावं. त्याची स्वस्वामीनी व्हावं. तो दूर सारेल तर सारेल...

मागल्या महिन्यापासून प्रभात असा फार कमी बोलतोय. कसल्याश्या विचारात तो गर्क असतोय. त्यात काहीतरी बदल झाल्यासारखं वाटते. कदाचित तो आपल्यापासून सुटका तर करू तर इच्छित नाही. मी केव्हापासनं त्याला आपलं मानलं. मी स्वतःला आरश्यात पाहिलं. माझंच रूप मला धुक्यागत झालेलं भासलं.

जावू द्या, प्रभातला छान गोरी गोमटी पोरगी मिळेल. आपली इच्छा का म्हणून त्यावर लादावी. पण एकदा विचारावं... मी खूप मन घट्ट केलं. हिंमत जुळवली. दार ठोठावलं. दार टेकून उघडच दिसलं. दाराला ढकललं. मी सरळ आत गेली. कलदार वर उडालं होतं....

प्रभात

मी पॅन्टातील कलदार काढून वर फेकला. ऊर्मीला आत आली. कलदार तिच्या नजरेसमोरून पायाजवळ जावून पडला.

चित होय! चित आली होती. ऊर्मीलाची चित, ऊर्मीलालाच जवळ करायचं. बस! झाला निर्णय...

ऊर्मीलाचे केस मोकळे सुटले होते. डोळ्यात आतुरता होती. पारदर्शक नाईट गाऊनातून तिचं बिंब प्रतिबिंब नाईट लॅंपच्या प्रकाशात माझं मन जागृत करायला पुरेसं होतं. मिही तिच्याकडे एकटक पाहू लागलो. तिही अधिर होवून माझ्याकडे बघतच राहिली. दोघांच्याही ओटावर शांतता...

मी मागल्या महिन्यात गावाहून आलो. माझ्यासाठी अनेक स्थळं आली होती. पण मला ऊर्मीला शिवाय कुणिच नको असच वाटायचं. मी तसं सांगितलही. पण हिचा वर्ण पाहून घरच्यांनी नकार दिला. मला लवकरात लवकर लग्नास होकार द्यायचं कळवण्यात आलं. देशमुखाची मुलगी मला सांगून आली होती.

मी आलो तेव्हापासून ऊर्मीलाला विचारावं काय? विचारावं. असा बराच प्रयत्न केला. पण माझ्या ओठावर शब्दच फुटत नव्हते. वरून मी तिच्यापेक्षा एक वर्ष वयाने कमीही. लहाणपणी मोठं घास घेतल्यासारखं.

मी अबोल झालो. माझं कामात लक्ष लागेना. एवढ्या दिवसात वाचनही बंद झालं. फक्त ऊर्मीलाकडे जेवण घेतलं की मी एकटाच फिरायला जायचा. तासनतास वनराईच्या रस्त्यांशी मनातल्या मनात हितगूज करायचा.

मला माझा निर्णय घ्यायचा होता. मी जेवण आटोपलं. रूममध्ये आलो. माझं मन बेचैन झालं होतं. मी अथरूणावर पडलो डोकं गरगरायला लागलं होतं. वाटलं फिरायला जावं. नको आज निर्णय.... अखेरचा निर्णय.... या अंतापुरातील कुठला तरी अंत.... दिवे मालवले. नाईट लॉम्प लावला. हातात पुस्तक घेतलं. मन लागलं नाही. पुस्तक बाजूला ठेवलं.

मी अंथरूणावरून उठलो, वाटलं जावं. विचारावं.... ऊर्मीला खरंच तू माझ्याशी लग्नास होकार देणार काय? दारासमोर गेलो. हृद्याची स्पंदने वाढली. मी माझं पाऊल मागे घेतलं. पुन्हा परत आलो. बराच वेळ ऊर्मीला की देशमुखाची मुलगी....

छे! त्या मुलीला तर मी अजिबात पाहिलं नाही. मग कसं होकार द्यायचं. पण ऊर्मीला घरच्यांना नको! वयानेही मोठी, काय कराव? मी.... आठवलं.....निर्णय घ्यावच लागणार.... जीवनभर तर सुख मिळायला हवच ना!

मी पॅन्टातील कलदार काढून वर फेकला. चित आली तर ऊर्मीला नाहीतर....

उर्मीला

माझ्या डोळ्यातून अश्रू घरंगळू लागले. मी आणि प्रभात दोघेही स्तब्ध. मला हुंदका आला होता. मी दोन्ही हात समोर करित प्रभातच्या कुशीत सामावली. प्रभातही मुसमुसलेला. त्याने मला घट्ट आवळलं होतं. आकाशातील तारकापुंज. निरभ्र स्वच्छ आकाश......

मंद लाल झुळूक......

प्रकाश.....

फक्त दोघेच....

आम्ही दोघे........

मी त्याच्या बाहुपाशात.......

त्याने पप्पी घेतली. त्याच्या मानेवर डोकं ठेवलं. जवळ घेतलं... हवेचा तरंग दारातून दोघांनाही स्पर्श करीत होता. कदाचित वळीवागत भुरकं पाऊस सुरू होणार....

"हं आठवलं! आज माझा वाढदिवस."

माझे डोळे भरून आले. समोर कलदार अस्पष्ट पडलेलं दिसलं. त्याकडे निरखून बघितलं. चित...

होय! चितच... स्तब्धता....

अशोकस्तभांच्या सिंहाकिंत राजमुद्रेखाली लिहिलं होतं...

सत्यमेव जयते !

३) दंश

म्या हातातसापाचा पेटारा घेतलू. त्यात मातीखाया साप बिचारा मुकाट्यानं निस्तेज झोपला व्हता. त्याकडं एकटक नजर घातली. डोक्यावर पेटारा घेऊन पांदन मार्गानं दोघबी बहीण भाऊ गावात चालत गेलून... नागपंचमीच्या दिशी सापाले देव मानणारी लोकं चार-दोन रूपये आनं गहू, तांदूळ, तेल, मिठ शिधा देणार... त्यातनं चार दोन महिन्याची गुजरान व्हणार होती. पाटलाच्या वाड्यात पहिली बोहणी केली तवा पाटलानं पुसलं.

'काय गं इंदे बर हाय नव्ं!'

'बरं हाय जी, तुमच्या आशीर्वादानं.'

पाटील माले पुसत झपाझप पावलं टाकीत धोतराचा शेला हातात घेत घराबाहेर पडतच बोलला होता.

'अवं हे बघ..... इंदी आली.... दे की तिच्या सापाले शिधा नागपंचमीचं.'

पाटलीनबाईनं घरातनं 'हो.... हो.' म्हणून आवाज दिला. आनं थोड्याच वेळात सटरफटर शिधा आणला. मुकुंदानं हातातल्या झोळ्यात शिधा घेतलन. पाटलीन सापाच्या पाया पडली व्हती. आता दुसऱ्या घरी निघालू. आता दिवसभर शिधा मागाचं व्हतं.

म्या मोठी बहीण इंदा न पाठचा भाऊ मुकुंदा.... दोघच ह्या कोराडी गावात रावाचू. आम्ही कुठले कुठून आलोत याचं आम्हाले बी ठाव नाय.

चार साला पूर्वी कोराडीले आलून तवा म्या बाराक वर्षाची असन, आनं मुकुंदा सात आठ वर्षाचा. या गावाहून त्या गावी हिंडणं, फिरणं नं पोट भरणं हेच काम. माय मुकुंदाचं जन्म झालं नं मेली. मायेचा चेहराबी मले आता आठवत नाय. तवापासून बा आम्हाले काबाडकष्ट करून भाकर तुकडा भरवाचा. पण मागच्या वर्षी इपरीत घडलं. बा ले सापानं चावलं न माहा बा मेला. आम्ही गारवड्याची जात पण सापाचं इक काडतांनी बाप गेला होता. त्या दिशी बानं शेतात भला मोठा ईशारी साप पकडला होता. सापाले पकडून बानं घरी आणलन. नं बा त्या सापाची दातकुळी पकडून ईखाची पिशवी काढणार होता.

आतापर्यंत कितीतरी साप त्यानं पकडले होते. कितीतरी सापाचं ईक काढलन होतं. पण..... नेमका त्यादिवशीच तो चुकला... म्या बिराडात भाकर थापत होती. मुकुंदा गद्यायले घराकडं आनावाले गेला होता. आनं एवढ्यातच सापानं बा ले दंश केलं. बा नं त्याले गचकन पकडलं. पण बा ला कुठं माहित होतं पोटासाठी पालनपोषण व्हईल म्हणून पकडलेला साप दंश करणार ते.... सापाच्या ईषाची पिशवी काढली गेली... सापाले पेटान्यात घातलं पण... सापाचं इक आंगभर चढलं होतं. डोन्यावर धुंदरी चढली होती. बानं झाडपाल्याची औषध लावली. तरीपण फायदा झाला नाय. बा बेहोश पडला होता. म्या त्याच्या चेहन्याकडं पाहात होती. आनं बा नं दम सोडला. म्या जोरात किंचाळली होती. सप्पा संपलं होतं. आम्ही दोघबी बहीणभाऊ कायमचे पोरके झालू होतून.

गावाच्या बाजूलेच हागणगोदरीत लोक शेणखात टाकायची. त्या जागेतच बिराड व्हतं. आम्ही दोघबी निराधार झालून. गरमपंचायतची जागा, गावातल्या चार-दोन लोकायनं मदत केली. शेणाबुडाचं घर थापलं. दोन गधे आनं सहा डुकरं हेच आमचं कुटुंब... तवापासून इथच राहतून... वाटतं लोकायच्या लेकरासारखं शाळा शिकावं पण... आता मुकुंदाले शाळेत घातलं. मुकुंदा दुसरीत हाय. लेहनं, वाचनं चांगलं येतं. म्या दररोज गावात जाऊन मिळेल ते भीक मागाची आनं असल ते शिजवाचं खावाचं नं रावाचं..

आता मले बी लय समज आली. हागणगोदरीत रावाले तेथल्या वासनं जीव दाटून येतो पण पर्याय नाय. कधी मधी तं गावातले चारदोन मोठ्या घरची लेकरं माझ्या कडं टवकारून बघतेत. वयात आलेलं पाखरू म्हणून चिडवतेत. पण दुर्लक्ष करावं लागतं. गरीबीले कोण थारा देणार... इथं रावाले मिळालं, थोडासा पाटलाचा आधार बी हाय म्हूण जमलं. पण ईरोध कुणाशी करणार....

जेवढं जपता येईल तेवढं म्याच माझ्या मनाले जपते.

अधामधात सोयाबीन निंदाची नं कापूस येचाची वण भेटली का जाते कामाले. एका दिशी तं तुरी तोडतांनी पाटलाच्या माधवानं इकडं-तिकडं कुणी नाय बघून शेतावर येत जवळजवळ लगट कराले लागला.

'काय इंदे कशा आहेत तुरी.'

'बेस हाय नं जी.'

'नाही दरवर्षी पेक्षा फुलं कमी आलेत... किडा बी हाय, पण नुकतीच भरलेली हिरवी कंच शेंग खायंला चवदार लागते नाही का?'

'फवारणी केली का जाईल किडा.' म्या मनानं घाबरतच म्हणलं होतं.

'इंदे...' त्याने इकडे-तीकडे पाहिलं... कुणीबी नाही याची खात्री होताच गपकन माह्यं हात पकडलं होतं.

'अवं सोडा.... सोडा माह्यं हात...' म्या ओरडली होती. तसच त्यायनं हात सोडलं.

'इंदे म्या काय म्हणतू, ते तुले समजलं हाय, या कानाची गोष्ट त्या कानालेबी जाणार नाय, म्या तुले राणी बनवीन... पाह्यं तुया ईचार...'

म्या घाबरून ऐकून न ऐकल्यासारखं करत तिथून पळ काढला... मला धाप लागली होती... तेवढ्यात पाटलीनबाई शेताकडं येतांना दिसली नं जीवात जीव आला. माधव मायेलं बघताच दुसरीकडं पळाला होता.

असे धोके आता रोजचेच होते. पण म्या बी काय करणार. माधवनं हात पकडलं तेव्हा माले बी वाटलं होतं, आपण त्याच्या अंगावर झोकून पडावं. माझ्याबी मनात ऊर्मी दाटून येवाची. पण मीच माझ्या मनाले समजावित होती. हे श्रीमंताचे पोर आपली भूक भागवण्यापुरतीच... आपण गरीब माणसं... खावाले अन्न नाय. भीक मागणारी जिंदगाणी, घालावाले धड कापडं नाय.. फाटकेतुटके लोक उतरले कपडे देवाची आनं आपण घालावाची. असा श्रीमंताचं पोर माह्याशी थोडस लग्न करणार हाय. त्यायचं नाक तरी राहील काय? लोक काय म्हणतील त्यायले.

आपल्या इभ्रतीप्रमाणं राहतील नवं ते. वापरतील न फेकून देतील. पण कधी वाटाचं आपणच माधवाच्या घरातजावून घुसावं त्याची बायकू म्हणून जगावं. एकदाची जिंदगी तरी सुधारल. नायतं आहेच काय ह्या नशिबात. मायबाप गेले आनं हे भोग भोगतांना इट येऊन गेला.

माधव कधी मधी रात्री बिराडाकडं चकरा माराचा. तवा पण काळजात धस्स होवाचं. त्यानंबी माह्यावर सापासारखं पक्काच डूक पकडला होता. कधी मधी मायेची नं बाची आठवण येवाची. म्या डोळे पुसत हमसून रडाची. तवा मुकुंदाबी रडायचा. मुकुंदा छान हुशार होता. शाळेतलं सारं काही त्याले येवाचं. एक दिस गुरूजीच म्हणले 'तुह्या भावाले चांगलं शिकव. शाळा सोडू नकोस. मुकुंदा साहेब होऊन येईल तवा मीच त्याले सॅल्यूट मारीन.' गुरूजीचं माह्य मुकुंदाबद्दल आसं बोलणं बघून माह्या बी डोळ्यात पाणी आलं. वाटलं पाया पडावं त्या देवमाणसाच्या... पण म्या ईचार करत तसीच राहिली होती. मुकुंदानं काळ काढावं आसं मालेबी वाटाचं. बा ची भटकंतीचा विराम आनं गारवडी जातीले त्यानं मोठा मान मिळवून द्यावा आसचं वाटे...

आमच्या जातीचं कधी काळी एखादं बिराड भेटाचं तेवढच, नाहीतं आमची जात

कोठून आली ते मले तरी का माहीत. सापाचं पेटारा त्यात चार दोन ईक काढलेली साप, गावागावात जावाचं, पुंगी वाजवाची. डोलणारं साप पाहत त्याले देव मानत चार, दोन आनं टाकावाची. कधी तांदूळ, गहू शिधा देवाची. हीच रूढीपरंपरा शेकडो सालापासनं सुरू असलेलं जीवन जगणं आनं आपल्याच मरनयातना आपल्या डोळ्यानं बघणं होतं. पण अजूनतरी आमच्या जातीत शिकलं सवरलं नं पैस्या आडक्यानं खूप मोठा झालेलं माणूस म्या बघितलंच नाही.

माझं आधारबी गेलं होतं. दोघंच बहीणभाऊ कसं जगलून ते आम्हाले बी ठाऊक नाय. पण जगत मात्र होतून. म्या एवढी हिंमत कुठून आणली ते बी कळत नाय. पण ह्या गावानं मात्र पोट जगवलं होतं. जगवणारं हे गावठाण माझ्या मनाला चांगलच भावलं होतं. आपून जनम घेतलून, कसंबी का असेना हालअपेष्टा भोगत जगलू असन, निराधार म्हणून रायलू असन, पण आमचं जीवन दररोज असच समोर सरकत जात होतं. अगदी किड्यामुंग्याचं रांगेतील धडपडत समोर जाणं. त्यायचं प्रतिबिंबच माझ्या बी जीवनात आलं होतं. गुळ असल तिथं मुंग्या झोंबतात म्हणे, आता आपल्याले बी तसच वागावं लागंल. भेटल तेथं खाणं, जगता येईल तेथं जगणं. काह्याले पाहिजे माज.... कुणी काहीबी म्हणो पण म्या जगण्याची दिशा बदलली होती.

जनावरानं कडबा कुटार खावा आणं वणवण भटकावं तसच आमची गारवड्याची जात. कुणीबी नसतील भोग भोगले तेवढे भोग म्या भोगलू. माय आपल्या पोराबारावर माया न करताच सोडून गेली होती. पार राबराब राबण्यानं ती संपली होती. गरीबीले कुठलं आलं, चटणी नं भाकर मिळेल त्या तुकड्यावर जगलू. बापानं पुंगी वाजवून साप मुगंसाचं खेळ दाखवून आम्हाले जगवलं पण तो बी गेला, आता मुकुंदासाठी नं सोतासाठीच जगायचं होतं. जगण्याची आस होती. जगतच रायलून.

चार, दोन रूपयाची पाटलाच्या दंडात वण मजूरी भेटावाची. आता म्या पाटलाच्या घरी धुणं भांडी घरकाम करू लागली होती. तेवढच आम्हाले पैशाचं आधार नं पोटाले खाणं पण भेटाचं.... पण माधवानं मात्र माझ्यावर सापाच्या डावागत चांगालच डूक पकडला होता. म्या बी त्याच्याकडं अंधामधात आपणहून आकर्षिली जात होतू. जवापासून पदरमोड झालू तवापासून नवी उभारी येत होती.

एके दिवशी पाटील आणि पाटलीन शेजारच्या गावला गेली होती. माधव घरी एकटाच होता. म्या त्यायच्या घरी काम कराले गेलू. धुणी भांडी झाली. आनं आवडाव पाहात माधवनं मले खिचलं. म्या नाय, नाय म्हणतच राहिली. त्यानं मले आतमधल्या खोलीत

नेलं. नं पलंगावर आपटलं. म्या घाबरली होती.

'इंदे म्या तुझ्याशी....'

माझ्या अंगावर पडला. मधमाशीनं पोळ्याला झोंबून राहावं तसच तो झोंबला होता. म्याबी त्याला नकार देताना त्याच्यात कवा सामावून गेली ते बी मले कळलच नाही.

'आमच्या गरीबीचा फायदा घेता काजी..?'

'नाय इंदे.. म्या तुयाशी खरच लगन कराले तयार हाय. तू माही बायको व्हशीन!'

'खरच पाटील दादा मानतील व्हयं.'

'न मानायला काय झालं..... म्या त्यानला सांगीनच की... अनं तुयासारखी गोरीगोमटी एवढी सुंदर सून म्हणून, कोण नाय घरात घेणार...'

'पण म्या गारवड्याची...'

'का झालं... जात का कपाळावर असते व्हयं. आनं त्यात तुया का दोष...'

'आनं माह्या मुकुंदा....'

'त्याचं बी सोनच व्हईल नवं... त्याले का म्या दूर सारणार हाय... खरं सांगते इंदा तुह्या वर माहं पिरम आहे ग... तुयाशिवाय जगणं आता नाय होत. तू माही नाय झालीस तं म्या अळात जीव देईन....'

'असं नगं बोलूस रे माह्या .... म्या बी तुया सुखासाठी झुरतच राहली... तूह्या शिवाय म्याबी नाय जगू शकत पण...'

म्या त्याच्या राजबिंडाकडं एकसारखी पाहातच राहिली. त्यानले धरून बिलगली. दोघबी एकमेकात सामावलू होतून. म्या मनातून त्यानले आपला धनी मानलं व्हतं. बाले सापानं दंश केलं होतं. आनं म्या सोताचं पोट पालणपोषन व्हावं म्हणून सापासारखं माधवाले इश्काचा दंश मारला होता. माधवरूपी जातीनं गारवडी नसलेल्या, प्रेम गारवडीच्या अंगात माझं इक घुसलं व्हतं. न त्यात त्यायचं.... जीव जाणार नाय, आनं मीबी जीव घेणार नोहती. पुढं येणारं संकट नं लोक काय म्हणतील त्याले पुढचं पुढंच पाहाचं होतं. उकीरड्याच्या बाहेर पडावं यासाठी हे करावच लागणार याची जाणीव माले मनोमन झाली व्हती...

माधव निपचीत निजला होता.

माह्या दंशानं....

त्याच्या प्रेमाचं इक म्या उतरू देणार नोहतीच....

४) शतरंज

पांढऱ्याचमकत्या खडकातून वाट काढीत जावं. कोरपडीच्या उजव्या दिशेने कालकेश्वरीचं देऊळ, पाचपन्नास खडकाळ पायऱ्या चढून सकाळच्या रामप्रहरी लखलखत्या टेकडीवर चढायचं.

ढम.. ढमा.. ढम वाजणारं ढोल, कपाळाला भगवा टिळा, उघड्या अगडबंब अंगानं शेला पांघरून नाथबाबा कालकेश्वरीला स्नान घालून हळद, कुंकू, गुलाल, बुक्का, पुष्पमाला अर्पण करायचा.

'ओम कालकेश्वरी मैय्या' ची आरती गात धूप, दीप, कापूर, आरती ओवाळायचा. मंदिरात माझ्याशिवाय कुणीच नसायचं.

एखाद्या वेळेस इथं कुणी पूजापाती करायला येत. काळ्याशार दगडानं सजलेली कालकेश्वरी ह्या भग्न मंदिरात शे-पाचशे वर्षांपासून तशीच होती.

मी दररोज भल्यापहाटे इथं येतो. साखर झोपेतून उठून आंघोळ आटोपली की, घरापासनं एखादं किलोमीटर चालायचं. कालकेश्वरीच्या पायऱ्या चढायचं. माझं नित्याचं व्यायाम, पूजापाठ इथेच सुरू व्हायचं. सात वाजले की उतरून घराची वाट धरायची.

इथले झाड, झुडपं, वेलींनी बहरलेलं उंचावरचं आल्हाददायक वातावरण माझं मन प्रफुल्लीत करायचं. उंचावरून कोर-कोर वाहणारं कोरपटीचं पात्र, तिथलं तीर्थ म्हणून पिणारेही कुणी नाही. ढुंगण धुवून गलिच्छ झालेलं तीर्थ खूप लांबवर कुणीतरी प्यायचं एवढं नक्की.

मंदिराच्या ओट्यावर तासनतास बसायचं. आकाशाकडं भिरभिर नजरेनं बघायचं. तर कधी कालकेश्वरीच्या मूर्तिमंत रूपात, डोळ्यात अंतरंगातील दुःखाची झलक पाहायचं. हळूहळू माझं जीवन तिच्यासमोर मनातल्या मनात मांडायचं..

'परमेश्वरा, आता तरी सुख द्यावस, खूप भोगलं मी...'

माझे डोळे पाणावले, पापण्या बेधुंद होवून तरंगायच्या. श्रावणातलं पाऊस बरसावं तसं

माझ्या अंतःकरणाला पाझर फुटतो. मी डोळे पुसतो. नवआशेच्या प्रकाशाची लकेर दूरवर आसमंतात लहरत असते.

नाथबाबांनी माझ्याकडे पाहिलं. पूजाआरतीचा भगवा टिळा माझ्या मस्तकावर लावलं. मी बाबाकडे पाहिलं. त्यांच्या मुखकमलाकडे पाहतांना अंतःकरणातील दुःखाला हरविल्याची जाणीव झाली.

'भलं होईल बेटा, तुझं कल्याण होवो, तथास्तू!'

ओम नमः शिवाय' चा जप करीत बाबा आपल्या झोपडीत निघून जातो. त्यांनी दिलेला प्रसाद भक्षण केलं. बाबाचं लक्ष नाही बघून मी टिळा पुसला.

नको! मी आस्तिक की नास्तिक. नको देवपुजा, यथासांग पुजा करून काय मिळालं मला? ती दररोज पूजा करायची, मिही तिच्या प्रत्येक पूजापाटात सहभागी असायचा. तरीपण काय मिळालं? एकाकी जीवन.... नास्तिक असणच बरं! मला कोडं उलगडत नाही. वारंवार परमेश्वराच्या भक्तीकडे माझं मन लीन होतं. असं का होत असेल बरे!

माझ्या मेंदुत विचाराचं थैमान सुरू होतं. दररोजच असले विचार इथं येत असतात. कदाचित त्या दिवशी मी कोरपटीच्या डोहात उडी घेतली असती तर... मी भ्याकुळ आहे. मी घाबरतो. मरणाला घाबरतो. आत्महत्या करायला गेलेला माझा देह मी परत आणलं. मला जगायचं होतं. कुणासाठी? माझं असं कोण आहे? कोण राहिलं? मलाच कळत नाही.

पाच वर्षे उलटली. नक्कीच, आज माझ्या मुलाचा वाढदिवस. पण तो नाही. माझ्या मनचक्षूसमोर त्याचं तीन वर्षीय बालपण आठवलं. बाबा म्हणून हाक मारणारं लडिवाळ पराग अजूनही डोळ्यासमोर येतो.

पराग. होय, माझा पराग. किती छान हुशार होता. पण परागकण फुललं नाही. कोमेजलं. किती वेदना सहन केल्यात मी? त्याची आई हमसून रडायची. मी तिला खूप समजावलं, परागचा छिन्न-विच्छिन्न झालेला रक्तबंबाळ देह, होय, हिंसाचारात मारलं होतं त्याला. काय दोष होता त्या अजान बालकाचा. पण हे कुणाला समजेल काय?

माझे डोळे पाणावले. कॉन्व्हेट मधून घरी परततांना मालेगावच्या बाजारातील बॉम्बस्पोट, ऑटोतील सगळी मुलं देवाघरी गेली. जाती धर्माचं भांडण, कलह हिंदू मुस्लीम वाद चिरघळलं होतं. खूप हानी झाली होती. काय मिळालं त्या माणवांना? जाळपोळ, लुटालुट, बेबंदशाही सगळं राजकारणाचा खेळ असतो. सत्तेच्या खुर्चीसाठी खेळलेला शतरंज. आम्ही सोंगट्या बनून दान टाकतोय. द्रौपदीचं दान, मुलाबाळाचं दान, जीवनाचं

दान, कौरववंशी पुढारी असेच वागणार. असेच खेळ खेळणार. युद्ध, कुठलेही भांडण की, कुरापत नसलेलं युद्ध.... धर्म आणि जातीचं कलह. असेच सुरू राहणार होते.

छिन्न-विच्छिन्न देहाकडं पाहिलं. रक्ताचा पडलेला सडा, सर्वांचं रक्त एकाच रंगाचं लाल...... कुणाच्याही कपाळावर जात लिहिली नव्हती. तरीपण जातीचं युद्ध!

मन भरून आलं. आठवणीचे उसासे अंतर्यामातून बाहेर पडत होते. खरेच खूप दुःख होतंय. कुणास सांगावं? सारंकाही गमावलं. भिकाऱ्यागत माझं जीवन. पराग परत येणार का? माझा पराग....

मी दुःखात डुबलो होतो. डोळे पाझरू लागले. मन भानावर आले. मी डोळे पुसले. माझ्या पाटीवरून पहिल्यांदाच कुणीतरी प्रेमानं हात फिरवलं होतं. मी वळून बघितलं. 'बाबा तुम्ही होय!' मी रडवेल्या चेहऱ्यानं त्यांच्याकडे पाहू लागलो.

"बाळ असं रडू नकोस! तुझ्या अंतरीच्या वेदना तुला जगणं अशक्य करताहेत. पण तुला जगायचं आहे. सारं काही विसरून तुला जगायचं आहे. बायको मुलावाचून संसार जगणं कठीण असतं. हे जेवढं सत्य आहे, पण एकांत मनानं त्यांच्या आठवणी उगाळून फुलवलेलं जीवनस्वप्न जगणं अगदी सोपं असतं. हेही तेवढच सत्य आहे. बाळ तुला दररोज बघतो. तुझं मन मी ओळखलं. परमेश्वर चरणी हया कालकेश्वरीत माझ्यापेक्षाही तू लीन झाला आहेस. खरं प्रेम, खरी भक्ती हीच तुला मिळालेली ईश्वराची देणगी आहे. सगळी ईश्वराचीच किमया, 'ओम साई ओम' आपण फक्त बाहुले आहोत. जीवन नावाचं नाटक खेळायचं. कुठं अर्धविराम, कुठं पूर्णविराम. कधी सत्य तर कधी असत्य. तू जगलास हे जीवन. ह्यालाच जीवन ऐसे नाव, तुला सुखानं जीवन जगायचं आहे असं म्हणशिल तर तू चुकलास, बाळ, जीवन शतरंज आहे रे!"

चार-सहा महिन्यापासून मी इथे येतोय. बाबा, रोज माझ्याकडे पाहतात. मी त्यांच्याकडे बघतो, त्यांचे मितभाषी बोलणं गूढ असल्याचं जाणवतं. त्यांच्या पांढऱ्या लांब दाढीत मला निरामय शांतता जरी भासायची, पण त्यांचे डोळे, चेहरा मला पश्चातापाच्या आगीत लोळतांना दिसतो.

बाबाशी मी मोकळेपणानं बोललो. कालकेश्वरीचं वरदान माझ्या मस्तकावर रेंगाळत असल्याचा भास होतो. नाथबाबा हळूच उठले. 'हरी ओम' चा जप करीत रूद्राक्ष माळ फिरवित मंदिराच्या गाभाऱ्यात गेले. माझंही मन 'हरी ओम' च्या जपात गुंतलं. मन निरंतर शांततेनं एकाग्र होत होतं. काळ पुनश्च डोळ्यासमोर लवलवत होता.

पराग दारात उभं राहून बाय, बाय करू लागला. मी किक मारीत मोटरसायकल स्टॉर्ट

केली. प्रिया, त्याचा लडिवाळपणा पाहून त्यांचे कौतुक करीत होती. मी ऑफिसात वेळेवर पोहचलो. मालेगावात टेलिफोन ऑपरेटर पदावर मी कार्यरत होतो. ऑफिसात नेहमी प्रमाणे कामं सुरू होती. दुपारलाच अचानक फोन खणखणलं. सगळीकडे चर्चा रंगू लागली. विटंबना, शंभूच्या मंदिरातील विटंबना, कुण्या माथेफिरूने म्हणे चपलांचा हार घातला होता.

हिंदुत्वाचा मुद्दा अलिकडे राजकीय खेळीतून गाजत होता.

'गर्व से कहो हम हिंदु है.!' 'मंदिर वही बनायेंगे' 'इट का जवाब पत्थर से देंगे.' अशी स्लोगन घराघरात पोहचवली जात होती. कदाचित त्यातलाच हा राजकीय खेळ असावा.

मुस्लिमांनींच केलेलं कारस्थान आहे अशा चर्चा रंगत होत्या. राजकीय संघटन व हिंदुत्ववादी नेत्यांनी क्षणातच मंदिरासमोरून मोर्चा काढला. बंद पाळण्यात आला. क्षणार्धात कलह, वादविवाद नि जाळपोळ, लुटालुट सुरू झाली.

टी.व्ही, रेडीओ, वृत्तपत्राने जगाच्या कानाकोपऱ्यात मालेगावला नेवून पोहचवलं होतं. दुपारला सगळे रस्ते बंद झाले. अतिरिक्त पोलिस दलाला पाचारण करण्यात आलं होतं. हिंदुनी मुस्लीमांची, मुस्लीमांनी हिंदुची बरिचशी हानी केली. मोटारगाड्या, बसेस, ट्रक पेटत होती. सर्वत्र हाहाकार माजला होता. कसायानं बकऱ्याची कत्तल करावी अगदी तसंच...

ऑफिस सुटल्यावर घरी पोहचण्याचा प्रश्न पडला. गाडी ऑफिसमध्ये ठेऊन अथक श्रमानंतर लपत-लपत बऱ्याच उशिरा मी घरी पोहचलो होतो.

प्रिया वाट बघत होती. परागला मी जवळ घेतलं. सध्यातरी आमच्या कॉलनीत हिंसाचार पोहचलं नव्हतं. पण जुन्या वस्तीत उग्ररूप धारण झालं होतं.

मालेगावात येवून आठ वर्षे झालीत. पाच वर्षे लग्नाला झाली. इथं आल्यापासून मला कधी करमलं नाही. मालेगाव मला भयंकर विद्रुप वाटायचं. नेहमीच या ना त्या कारणाने इथं अशांततेचा मी अनुभव घेतला होता. बदलीचा दोनदा प्रयत्न केला. नव्या पोस्टिंग न भरल्यानं प्रपोजल तसेच रखडले होते.

प्रिया, मी टी. व्ही. वर पेटलेलं मालेगाव बघत होतो. कर्फू.... सर्वसामान्याच्या जीवनाची राखरांगोळी पाहून मन थक्क होत होतं. माझ्या अंतरंगात भीती संचारली होती. मी प्रियाकडे एकटक पाहिलं. मनानं दोघेही घाबरलो होतो. पराग रात्रौ निद्रिस्त झाला होता.

विटंबना करून काय मिळतं? असल्या प्रकारामुळं हिंसाचारास प्रवृत्त होणं, स्वतःचं

आयुष्य स्वतःच उद्ध्वस्त करणं कितपत योग्य असतं. मला चिड यायला लागली होती.

पहाटेला मालेगाव शांत झालं होतं. संचारबंदी नाहीसी झाली होती. शांततेचं आव्हान करून जीवन पूर्ववत सुरू झालं होतं. प्रचंड हानी झाली. चार, पाच हिंदू, मुस्लिम ह्या होरपळीत जळले होते. शंभराहून अनेक लोक मरणावस्थेत जखमी होती.

पोलिसांचे ताफे कडेकोट पहारा देत होते. हिंसाचार करणाऱ्यास डायरेक्ट शुटचे आदेश मिळाल्यानं मालेगाव शांत-शांत झालेलं. सुरळीत असलेलं जीवनचक्र बदललेलं होतं.

मी ऑफिस गाठलं. दिवसभर झालेल्या हिंसाचाराची चर्चा सगळीकडे सुरू होती. रात्रभरात दोन्हीकडील शेकडो हिंसाचाऱ्यांना लॉकअप मध्ये घातलं होतं. सायंकाळी सुखरूप घरी पोहचलो. झालं गेलं विसरून दुःख उगाळत बसण्यापेक्षा पूर्ववत जीवनचक्रास मालेगावनं सुरूवात केली होती.

उद्ध्वस्त जीवनाची हानी मात्र कदापिही भरून निघणार नव्हती.

तिसरं दिवस उजाडलं होतं. मी ऑफिसमध्ये आपल्या कार्यात मग्न होतो. ऑफिसचं फोन खणखणलं. प्युनने मला रिसीवर घेण्यास बोलावलं. रिसीवर कानास लावलं. पलिकडून प्रिया बोलत होती. माझे डोळे पांढरे फक्कड झाले. रक्तप्रवाह मंद-मंद होत होतं. शरीर गारटलं. डोळ्यासमोर सर्वत्र अंधार पसरलं. माझी शुद्ध हरपली होती. मी तिथेच कोसळलो.

अस्वस्थ मनानं ऑटोच्या झालेल्या चिंध्या, दहा बालकाची प्रेतं, ऑटोचालकाचा छिन्न-विछिन्न देह, रक्ताचा सडा पाहात होतो. शरीर थरथर कापत होतं. देहामासाची लक्तरे पाहून मी आक्रोश केला. प्रिया ढसाढसा रडत होती. मला काही एक कळत नव्हतं. मन सुन्न शांत झालं होतं. पायाजवळ मोकाट कुत्र्याची गर्दी वाढीस लागली होती.

पराग गेल्याचं दुःख प्रिया, मी विसरू शकत नव्हतो. शांत झालेल्या मालेगावात दुपारनंतर बॉम्बस्फोट मालिका पुन्हा सुरू झालेली. एकाच वेळेस पाच ठिकाणी बॉम्बस्पोट, पन्नासाहून अधिक ठार, तर त्याहूनही अधिक जखमी मरणावस्थेत तडफडत होती. मस्जिदीच्या दाराशी झालेल्या बॉम्बस्फोटानं आणखी जनजीवन उधळून निघालं होतं. सोबतच बौद्ध विहारात असाच प्रकार घडल्यानं त्रिधर्मीय हिंसाचारात्मक युद्धात मालेगाव गारठलं होतं. आम्ही जळणाऱ्या, लखलखणाऱ्या प्रेताकडं, टाहो फोडून ओरडणाऱ्या सजीव प्रेताकडं, दुःखी आत्म्याकडे निरखून पाहात होतो. दोघांचेही दुःखद ओघळणारे अश्रू परागच्या आत्म्यास हात जोडून शांततेची प्रार्थना करीत होते. दोघेही एकमेकांना आधार देत निर्जीवपणे निपंचित पडून होतो. आम्ही बर्फागत गारठलो होतो.

रात्र कशीतरी उलटली. डोळ्याला डोळा लागला नाही. सगळं क्रियाकर्म एकाएकी आटोपावं लागलं. प्रिया रात्रभर रडून-रडून थकली होती. तिची तब्येत नाजुक होत गेली. पागलाप्रमाणं वागणारं तिचं भ्रमिष्ट रूप पाहणंही होत नव्हतं. ब्लडप्रेशर वाढलं होतं. वारंवार तिला झटके येवू लागले. पहाटेलाच सिव्हील हॉस्पिटलात भरती केलं. हॉस्पिटलात गर्दीच गर्दी होती. माझं थकलेलं थरकापणारं देह डगमगत होतं.

संचारबंदी पुन्हा सुरू होती. पहाटेचं वातावरण शांत झालं होतं. मी प्रियाला हॉस्पिटलात एकटीला ठेवून घराकडे वळलो. दार उघडलं. बाथ केलं. थोडं बरं वाटू लागलं. अंगातला क्षीण कमी झाला होता. प्रियाची आठवण झाली. कापडं बदलऊन दार लोटलं नी तसाच हॉस्पिटलाकडे निघालो.

रस्त्यांनी इकडे-तिकडे नजर भिरभिरत होती. जाळपोळ झालेलं घर मनाला खटकावित होतं. पावलं जड होवू लागले. आंबेडकर नगरच्या कॉर्नरला पोहचलो असेल. दहा,बारा माणसांचा गलका लाठ्या काठ्या, सळाख, रॉड, घेवून ओरडत होते. मी आडवळणाला उभं राहिलो. शरीराला थरकाप सुटलं. डोळे क्षणभर बंद झाले. पुनश्च मी त्यांच्याकडे पाहिलं. बाजूलाच अठरा, वीस वर्षाच्या तरूणीचं प्रेत पडलं होतं. म्हातारा बाप काळीज फोडून रडत होता.

'नाही सोडणार मी, माझ्या बायको, पोरांना मारणाऱ्यांना नाही सोडणार मी... माझ्या मुलीला मारून माझं जीवन उद्ध्वस्त करणाऱ्यास नाही सोडणार...'

त्यांचं काळीज घट्ट होवून डोळ्यातून अंगार पेटत होता. मुस्लिम धर्मिय हिंसाचाऱ्यांनी घरात घुसून तिच्यावर बलात्कार केलं नि जीवानिशी मारलं होतं. त्याच्या मागे दहा, बारा माणसांचा गलका पुन्हा किती घरांची राखरांगोळी करणार, किती स्त्रियांची अब्रू लुटणार हे काळालाच ठाऊक होतं.

मी आडवळणाने लपत हॉस्पिटलात पोहचलो. प्रियाला सलाईन सुरू होती. नर्स तिची तपासणी करीत होती. प्रियाशेजारी टेबलावर तिला निरखत बसलो. तिनेही माझ्याकडे पाहिलं. तिला माझ्याशी बोलायचं होतं. पण, शब्द उमलत नव्हते. तिने डोळे मिटले.

दिवसभर प्रिया शेजारी बसूनच होतो. रात्रौ तब्येत आणखी बिघडली. तिला अचानक झटके येवू लागले. प्रिया वेड्यासारखी करू लागली. मी खूप घाबरलो, नर्स, डॉक्टरांना आवाज दिलं. डॉक्टरांनी तिला तपासलं, ऑपरेशन थेटरमध्ये दाखल केलं. शर्थीच्या प्रयत्नाखेर प्रिया परागला भेटायला मला सोडून निघून गेली होती. सगळं जीवनचक्र संपलं होतं. मालेगावात केलेल्या सुरूवातीची सांगता अशी राखरांगोळी करणारी असेल,

असं स्वप्नवत कुणालाही वाटणारं नव्हतं!

मी लगेच मालेगाव सोडलं. शासनानं जाहीर केलेली मदत घेण्याचही टाळलं. 'नको ती भीक.' उद्ध्वस्त संसार काय साधणार होतं. कित्येक दिवस मी अशांत अबोल राहिलो. नोकरीचं विचारही सोडलं. इथं स्वगावात छोटसं किराणा थाटलं. कोरपटीच्या गढुळ प्रवाहात माझं जीवनप्रवाह वाहत होतं.

मी भानावर आलो. बराच उशीर झाला होता. नाथबाबा पिण्याचं पाणी आणावयास पायऱ्या उतरून खाली जात होते. बाबांच्या खोपाटाकडे लक्ष गेलं. दार खुलच होतं. मी प्रथमच आतमध्ये पाहिलं. एकट्याचं सटर-फटर सामान सुव्यवस्थित ठेवलं होतं.

दाराशेजारी असलेल्या कपाटावर डायरी ठेवलेली दिसली. मी आत गेलो. डायरी हातात उचलली. बाबांची दैनंदिनी होती. मी डायरी उघडून अधामधातले पानं चाळले.

सप्टेंबर ९५,

मालेगाव बॉम्बस्पोट,

दिनाक १७,

तीन दिवसापासून आजही हिंसाचार सुरू होतं. पहाटेला असलेली शांतता अशांतेत हळूहळू भडकत होती. आंबेडकर नगरातील आमच्या घरात पाच, सहा मुस्लिम धर्मीय हिंसाचारी घुसले. रस्त्यावरील सामानाची, येणाऱ्या-जाणाऱ्यांची हानी करीत खिडक्यांची तावदाने तोडली. मी प्रतिकार करण्याचा प्रयत्न केला. मला ओढून लाथांनी, काट्यांनी मारलं. सुनील मला मारहाण करतांना बघताच त्याने प्रतिकार करण्याचा प्रयत्न केला. होणाऱ्या खडाजंग झटापटीत त्याच्या डोक्यावर काठीचा वार बसला. रक्तबंबाळ होवून तो खाली निपचित पडला. त्याची आई त्याकडे धावत आली. तिलाही ओढून ताणून मारलं. दोन व्यक्ती घरात घुसली. सामान इकडे-तिकडे फेकलं. अठरा वर्षीय माझ्या मुलीचं आयुष्य विवाहाच्या अगोदरच कोमेजलं होतं. नराधमांनी तिच्यावर अत्याचार केला होता. पेटलेल्या घराच्या ज्वाला आभाळात धुसर होवून जात होत्या. मी काठी हातात घेतली. ते फरार झाले होते. बायको, मुलगा, मुलगी मला सोडून अनंतात विलीन झाली. माझं शरीर पेटलेल्या घराला पाहून अंतरंगातून जळत होतं. डोळे त्वेषाने लाल भडक झाले. एकच ध्यास

'नाही सोडणार मी, माझ्या बायको, पोरास, मुलीला मारून माझं जीवन उद्ध्वस्त

करणाऱ्यांना नाही सोडणार मी... !'

मी त्वेषानं उठलो. दहा, बारा गडी माझ्या सवे येवू लागली. रस्त्यांनी मिळेल त्या लोकांना मारत सुटलो. माझं आयुष्य बरबाद करणाऱ्या, धार्मिक जातीयतेचं विष पेरणाऱ्या, समाजाला मी सोडणार नव्हतोच. हिंसाचारी नराधमांना रस्त्यात शिताफिने पकडलं. युद्ध पेटलं होतं. तिघांना जिवंत पेटलेल्या आगीत टाकलं. मन हलकं झालं होतं. रस्ते पेटत होती. कर्फू सुरू होतं. दिसताक्षणी गोळी घालण्याचे आदेश असल्यां लपत-छपत गावाबाहेर पळालो. रात्रौ रेल्वे स्टॉपजवळ आलो. तिथं राजकीय षडयंत्राची आखणी सुरू होती. मी त्यांच्यात सामील झालो. मलाही त्यांनी आपल्यातलं समजून घेतलं. माझ्याकडे बॉम्ब देण्यात आलं. मी बॉम्ब हातात घेतलं. लपत-छपत आम्ही जिकडे वाट मिळेल तिकडे पांगलो. बाजारातील नेत्याच्या घरासमोर उभं राहिलो. ती उंच इमारत त्यांच्या उंचीची कल्पना देत होती. येणाऱ्या इलेक्शनमध्ये धार्मिक विटंबनाचं समीक्षण पटवून देवून त्याला उंच व्हायचं होतं. त्याच्या आदेशानेच हा बॉम्ब मला प्राप्त झाला होता. त्याकडे मी निरखून पाहिलं. माझं कुटूंब डोळ्यासमोर तरळलं. मी रागाने पेटून उठलो. अंगात बळ संचारलं. संपूर्ण ताकदनिशी मी हातबॉम्ब फेकलं. ज्वाला पुन्हा भडकू लागल्या होत्या. मी गाव सोडून दूरवर चालत राहिलो. रात्रीच्या अंधारात मी माझ्या मनातील धग पूर्ण करण्याचा प्रयत्न केला होता.

दिनांक १८,

'............'

दिनांक १९,

'............'

दिनांक २०,

'............'

मी आणखी पानं चाळली... नाथबाबा कालकेश्वरीच्या मंदिरात लीन होवून अखेरपर्यंत पश्चाताप करित होते...

पानं चाळणं सुरू होतं. नाथबाबा मागेहून आले. पाणी खाली ठेवलं. माझ्याकडे एकटक बघितलं. हातातील डायरी पाहून बाबा मला अलगद बिलगले. त्यांना रडू कोसळलं. मिही त्यांना कवटाळलं. त्यांच्या कुशित मनसोक्त रडू लागलो. बाबाचं गूढ कळलं होतं. सगळीकडे निरामय शांतता पसरली होती. दोघांचेही दुःख सारखेच होते.

नाथबाबा हळूच पुटपुटले,
'जीवनाचं शतरंज असच असतं बेटा!'

५) मुखवटा

सर्वसाधारणसमाजाच्या वस्तीत पहाटेलाच खमंग ताजी बातमी वृत्तपत्राच्या बातमीप्रमाणं वाऱ्यासारखी पसरली. चांगलीच खळबळ माजली होती. प्रत्येकालाच याचं काही तरी नवल वाटत होतं. एखाद्या तळलेल्या पदार्थावर ताव मारावं तसं, रसभरीत, शेपटीला शेपटी जोडत ही चर्चा सुरूच होती.

बायकांना तर जमेचा विषय मिळाला होता. पुरूषही त्यात सामील झाले होते. पोरंबारं आणि वार्डाच्या बाहेरील लोकही आता इकडे येऊ लागली होती.

महादेव आपल्या तीन वर्षांच्या मुलाला रडतांना समजावित होता. रात्रभर रडून त्याचे डोळेही सुजले होते. शेजारच्या कमलाकाकू त्याला आधार देत होत्या. पण प्रश्न महादेवचा नाही, त्याच्या प्रतीक नावाच्या मुलाचा होता. एवढ्या कमी वयात पोरकंपण आलं होतं.

वार्डातील चार, दोन नजरधुंद मजनू छापांना तर स्वतःची लाज वाटायला लागली होती. तेही आता चविनं ह्या बातमीला चघळीत होते. मात्र त्यांना धक्का बसला होता तेवढंच खरं! वार्डातील तरण्याबांड पोरांना तर हेवाही वाटायला लागला होता.

"अजू, समजलं का रे तुला?"

वार्डातील तरण्याबांड मधू रस्त्यात भेटलेल्या सर्व दोस्तांना टपरीवर गुटखा चघळीत सांगित होता.

"अबे, महादेवची बायको, रीता आपल्या यारासोबत पळून गेली म्हणे."

"काय सालं, या रीताचं डेअरींग यार!"

"हॉं यार! सालं तीन वर्षाचं पोट्टं तसच ठेवून पळाली म्हणे."

"साली लचांड होती यार..."

"पण तिच्यात तर असं विपरीत दिसलं नाही ना! कधी दोघा नवराबायकोचं भांडणसुद्धा नाही. दोघेही गुण्यागोविंदानं नांदायचे मग सालं झालं तरी कसं?"

"साधा पोराचा तरी विचार करायचा होता. नवरापण साधासुधा होता. साला प्रायव्हेट

फॅक्टरीत कामाला पण आहे. चांगला दहा हजार पगार, तरी पण ह्या बायकांनी असं वागावं. काय जमाना आला यार!”

“सालं, काय ऑटमगर्ल वाटायची रे ती?”

“हो ना यार! आपल्या वार्डात आली तेव्हापासून मी बघतोय तिला. माझंही दिल तिच्यावर फिदा होता. पण तिचं राहणं वागणं साध पाहून तिच्याशी बोलायची हिंमत पण झाली नाय. पण तिला दिवसातून एक वेळा पाहिलं तरी दिवस मस्त मजेत जायचा.”

“तसं तिची नजर, लक्षण ठीकच वाटत होतं. मग अशी एकाएकी...”

“दिसतं तसं नसतं, म्हणूनच जग फसतं.”

“हं! तुझंही खरच आहे. जावू दे, आपल्या बापाचं काय जातं?”

पण काहीही असो, रीता तशी सालस सुंदर, देखणी होती. तिची फिगर तर अतिउत्तम होती. जेमतेम एकविसाव्या वर्षाची, अठराव्या वर्षीच तिचं लग्न झालं होतं. महादेव सारख्या माणसाला इतका सॉलीड पीस मिळाला. त्याचही नशीब सालं फार ग्रेट होतं. बघताक्षणी घायाळ करणारी हरणी होती ती...

“महादेव फसला बिचारा! सालं, असं सॉलीड ऑटम मागणं बेकारच हाय. आजचा जमाना फार बदललाय. साले स्वतःची बायको सोडून दुसऱ्याच्या बायकोवर नजर ठेवणारेही जास्त दिसताहेत...”

“पण, साला चांगली नोकरी, दिसायला देखणा, रूबाबदार स्वभाव, कोणतं व्यसनही नाही, स्वभावानेही छान, मी तर म्हणतो, दुसरी एखादी बाई असा नवरा मिळाला म्हणून दररोज वडाले प्रदक्षिणा मारली असती. पण बायकांच्या मनातलं कोण सांगते यार!”

“सर्वांना समजून घेणं सोपं, पण बायकांना नको रे बापा! नाहीतर महाभारत घडलंच नसतं यार!”

“यार, हेच तर माहित नाही. महादेव कामाला गेल्यावर दोन चारदा एक कार आली होती. मला वाटतं ती त्याच्या मालकाची असावी. कदाचित त्याच्यासोबत.. परंतु अजून काही तशी माहिती मिळाली नाही.”

“कदाचित रग्गड पैसेवालं, गाडी बंगलेवाला मिळाला तर गरिबीत कोण जगणार? पैसाच बायकांची कमजोरी असते. दागदागिने, साडी, शानशौकीन पुरे झालं की बस! नंतर वासना आपोआपच पुरी होते.”

“यशिवाय का ती महादेवला सोडून गेली.”

“कुणाही बरोबर पळो यार! पण मला नाही वाटत त्याच्या मालकाशी पळाली असेल ते.

सालं त्या मालकात काय जान आहे. म्हातारा घोडं आहे तो. तो काय तिची हौस भागवणार...”

“कदाचित पैशासाठी, बायकांना काय हवयं?”

घराघरात मुलापासून म्हाताऱ्यापर्यंत चर्चा सुरूच होत्या...

“काय अवदशा आहे ही बाई! सडली रांड, दादल्यापासून चांगलं खावाले भेटाचं तं मस्ती आली. पोराले सोडून पळाली. तोंड काळं केलं आपलं, भरल्या संसाराचं वाटोळं झालं. एवढं पळायचं होतं तर लग्नच कशाला केलं महादेवशी.”

“काय बाई, जमाना आला आहे?”

घराघरात चर्चा सुरूच होती. महादेव आपल्या दारात पोराला समजावित होता. पोरगा आईसाठी हमसून रडला. चार-पाच लोकांनी येवून त्याची समजुत काढली होती. खिन्न नजरेने तो स्वतःकडे पाहू लागला.

“रीता अशी वागेल असं जन्मातही वाटलं नाही. कधी भांडण की तंटाही नाही. सर्व सुख दिलं तिला पण ...”

महादेवच्या डोळ्यात अश्रू तरळू लागले. लग्नाला जेमतेम चार वर्ष होत आली होती. रीतासारखी गरीब घरातली देखणी बायको त्याला मिळाली होती. रीतावर तो जीव तोडून प्रेम करायचा.

महादेवला जवळचं असे कुणीही नव्हतं. आई लहानपणीच वारली. बापही दहा वर्षापूर्वी गेला. बी. कॉम झाल्यावर नोकरी मिळणं कठीण झालं. कामधंदा करून शिकतांना जिकिरीचं जायचं, गावातल्याच ग्लास कंपनीत दहा हजार पगारावर अकॉऊन्टचा जॉब मिळाला. चार-पाच वर्ष झालीत. जवळच्याच खेड्यातील रीताशी सामाजिक पद्धतीने लग्न झालं. रीता त्याला खूप आवडली होती.

तिच्या बापानेही पोरगा शिकलेला आहे. नोकरी करतो म्हटल्यावर आडे-वेडे घेतले नाही. लग्न झाल्यापासनं ह्या वार्डित किरायाने राहू लागला. पुढे खूप कमवावं, स्वतःचं घर व्हावं, अशी त्याचीही इच्छा होती. मिळत असलेल्या तुटपुंज्या पगारात समाधान कारक जीवन सुरू होतं. पतीपत्नी आणी प्रतिक बस! कुणाच्या आल्यात नाही की गेल्यात. वास्तविक रीता गरीब घरची मुलगी. गरिबीचे चटके तिने अनुभवले होते. गरिबांना मनातील प्रत्येक इच्छेवर मुरड घालावीच लागते. लग्नानंतर तिची ईच्छा फारफार बदलली होती. चार लोकांशी मिसळतांना आपल्योला इतराप्रमाणं जगता यावं. चैनीचं राहणं मिळावं अशा स्वप्नात ती गर्क होती.

तसं पाहता दहा हजारात किराया, मुलाबाळाचं आणि सर्व खर्च वजा करून दोन-चारशे शिल्लक पडायचे. पण समाधान कुठलं होत त्यात. खूप श्रीमंत व्हावं, कार, बंगला, जगातलं सारं सुख महादेव पूर्ण करणार नव्हता. या स्वप्नांना मर्यादा नसते. स्वप्नाचा मुखवटा जीवनाची दिशा बदलवण्याचं कार्य करतो. मात्र यश, अपयश, प्रयत्न, मेहनत हेच याचे गाभारे असतात.

महादेव खिन्न मनाने बराच वेळचा उभा होता. सकाळच्या प्रहरी आलेली गर्दी पांगू लागली होती.

'नुसता वैताग साला, लोकांना काय? मजा घेणं आवडतं. दुसऱ्याच्या घरात झाकून पहावं, लोकांना डिवचनं किती सोपं असतं नाही का? आल्यापासनं कुणी ना कुणी उपदेशच देत आला. आता सकाळचे दहा वाजलेत तरीपण आंघोळीला की, जेवायला पत्ता नाही. आपलं ठीक पण या पोराचं काय करायचं? बरं झालं शेजारच्या काकूनं घासभर भरवलं. आता कुठं त्याला बरं वाटायला लागलं होतं. आज तशी ऑफिसला सुट्टीच होती आणि या प्रतीकची सोय केल्याशिवाय ऑफिसला जाणही जमणार नव्हतं. हं! आठवलं कुणीतरी बोलतांना म्हटलं होतं. पोराला अनाथलयात ठेवायचं. मलाही तसच वाटून गेलं. तीन वर्षाच्या पोराला आपण दिवसभर बाहेर असतांना कोण सांभाळील?'

तो पुन्हा विचारात गर्क झाला होता. गॅसवर चहा उकळायला ठेवलं. घरातला ब्लॅक अँन्ड व्हाईट टी.व्ही. ऑन केला. कदाचित सिटी केबलवर ही बातमी यायला वेळ लागणार नाही. पण पोलिसात तक्रार नव्हती ना! कशाला करायची उगीच तक्रार, आपलाच शिक्का खोटा तर दुसऱ्याला काय म्हणायचं?

चहाचा घोट घेतला प्रतीक टी.व्ही. पाहू लागला. खेळण्याशी खेळतही होता. आता त्यालाही बरं वाटायला लागलं होतं. त्यालाही आता भूकेची जाणीव राहिली नव्हती. टी.व्ही ऑफ केला. दार लोटून घेतलं. आता एकांतात थोडा वेळ घालवावा म्हणून तो सोप्यावरच आडवा पडला.

रीताचं मनमोहक रूप त्याला आठवू लागलं. परवालाच दोघेही छान मुडमध्ये बोलत होती. महादेवच्या छातीवर मस्तक घुसडत ती म्हणाली.

"ही नोकरी सोडून तुम्ही दुसरं काम बघा ना!"

"दुसरं काय काम करणार? मोठ्या कष्टानं ग्लास फॅक्टरीत काम मिळालं. पुढे फॅक्टरी चांगली चालली तर महिन्याला पंधरा-वीस हजार रूपये नक्कीच मिळणार. पण मालक

फॅक्टरीकडे विशेष लक्ष देत नाही ना! तसं पाहिलं तर मालक चांगला रग्गड आहे.''

''नाही, मी म्हटलं नोकरीने बेताचं जीवन जगण्यापेक्षा स्वतःचा धंदा करून छान पैसा कमवला तर!''

''पण धंदा करायला भांडवल कुठून आणायचं. कर्ज काढायला जमानत कुठून द्यायची हे प्रश्न पडतातच ना!''

''मग तो नादिरशेठ कसा रग्गड झालाय. तसं काहीतरी करा.''

''तो नादिरशेठ दोन नंबरचा धंदा करून मोठा झालाय. तसं वाईट काम करून मोठं होणं आपल्याला कुठे जमेल?''

''मग त्यात असं काय आहे?''

''म्हणायला काय जातं. पण दोननंबरच्या धंद्यात डेअरींग, ओळखी, वशिलेबाजी हवी ना! नको ते, कायद्यानं, समाजानं त्याला गुन्हेगार ठरवलय. तुझाही नवरा गुन्हेगार म्हणून जगावं असं तुला का वाटावं?''

''नाही, तसं नाही. पण मर्यादीत आयुष्यातून बाहेर पडून व्यापकतेकडे लक्ष द्यावं. असं मला वाटतं. आज तुटपुंज्या कमाईत रहाटगाडगं हाकतांना किती जीवावर येतं? इतरासारखं आपणही मानानं जगावं. नोकर, चाकर, मोटारगाडी, बंगला व्हावं कुणाला वाटणार नाही. साधी एक साडी की, चांगली वस्तू घ्यायची म्हटली तरी वारंवार हिशेब करावा लागतो. बाकीची हौस तर दूरच राहिली. आता प्रतीकही आहे. उद्याचं भविष्य आजच ओळखायला पाहिजे. मी सुद्धा शिकलेय. पण घरात बसून तव्यावर पोळी भाजण्यापेक्षा तुम्हाला मदत केली तर! त्यालाही तुमचा नकार.''

''आपल्यासारखे कितीतरी मध्यमवर्गीय जगताहेत ना! कितीतरी लोकांना धड दोनवेळचं अन्नही मिळत नाही. त्याचं काय? माणसानं आपली क्षमता पाहूनच राहावं. मोठी स्वप्न पाहणं गुन्हा नाही. पण ते वास्तव्यात उतरवणं कठिण असतं.''

''तुमचं मला हेच तर पटत नाही. माणसानं मर्यादीत असता कामा नये. प्रयत्न करायला काही हरकत नाही. चांगल्या पगाराची मिळालीच तर दुसरी नोकरी शोधा.''

रीताला श्रीमंतीचा हव्यास लागला होता. आपणही इतरासारखं खूप मोठं व्हावं, ती महादेववर खूप प्रेम करायची. त्याला तिने कधीही अंतर दिलेलं नव्हतं. मनात असे विचार असतीलही तरी ती त्याच्याशी किती सौख्याने नांदायची. तो तिला खुश ठेवायचा. तिला सर्वतोपरी कामात मदत करायचा. उठल्यापासनं काम आटोपून दहाला तो ऑफिसात जायचा. पाचला सुट्टी होताच कुठेही न थांबता सरळ घरी यायचा. परत तिला मदत करणं.

घर नि ऑफिस एवढेच त्याचं जीवन मर्यादीत होते. कधी चार लोकात, वार्डात कधीही कामाशिवाय बोलत नसे, की जात नसे. तसं पाहिलं तर वार्डातील लोक त्याला घरकोल्हा म्हणून चिडवायची. पण त्याकडे त्याने कधी लक्षही दिलं नाही. कधी त्याला मित्र की आप्तेष्ट असे कुणी नव्हतेच. कधी रीताच्या बोलण्यावर त्याचं लक्ष केंद्रित व्हायचं. त्यालाही आपण मालकासारखं श्रीमंत व्हावं असं वाटायचं. पण नशिबाच्या वर कोण जावू शकतो. आता दोन महिन्याने मालकाने प्रमोशन द्यायचा प्रस्ताव तयार केला. महिन्याकाठी हजार रूपयाची वाढ नक्की मिळणार होती. पण त्याने रीताला ही गोष्ट सांगितली नाही. कारण आश्वासन देणारे मालक फार असतात. प्रत्यक्षात मात्र वाढ मिळेल तेव्हाच तिला सांगावं नि आश्चर्यचकित करावं असं त्याला वाटलं. आता अचानक रीता घर सोडून गेली होती.

महादेव सांयकाळी पाच वाजता घरी आल्यावर प्रतीक एकटाच खेळत होता. रीता कुठं आहे का म्हणून बघितलं. कदाचित शेजाऱ्याकडे असेल असंही वाटलं पण टेबलावर ठेवलेल्या चिट्ठीने महादेवला रडूच कोसळले. शेजारच्या कमलाकाकूना याची जाणीव झाली नि ती माहिती हळूहळू वार्डात, गावात पसरली. ती कुणासोबत गेली याचं अंदाज घेणं सध्यातरी कठीण होतं.

रीता एकदा मालकाच्या घरी कार्यक्रमाला गेली होती. तिथंच मालकाशी तिची ओळख झाली. पंचेचाळीस वर्षांचा मालक घरात एकटाच राहायचा. पत्नी आणि मुलं दुर्दैवानं एका अपघातात गेली, त्याबेळेपासनं तो एकाकी राहू लागला. तसं दुसरं लग्न करण्याचा विचारही केला नाही. अमाप पैसा त्याच्याजवळ होता. पण वारसदार असं कुणीच नव्हतं. रीताच्या नजरेत तो फसला होता. रीताने त्याला घायाळ केले होतं. त्याच्या मनातले भाव तिने ओळखले.

तिला स्वतःच्या रूपावर भरोसा होता. स्त्रीने पुरूषाला कसे आकर्षित करावे याची जाणीव तिला होतीच. मालकाच्या नजरेवरून तिने अंदाज बांधला होता. यांना फसवणं तसं फार सोपं आहे आणि खरंही होतं. स्त्रीसुखापासून अलिप्त झालेला माणूस सुखाच्या शोधात काय नाही करणार!

मात्र तिने महादेवला थांगपत्ताही लागू दिला नव्हता. मालक रीताला पाहून मंत्रमुग्ध झाला होता. वारंवार त्याची नजर रीताकडे वळत होती. तिच्याही ते लक्षात आलं होतं.

कार्यक्रमानंतर एखाद्या महिन्यानं अचानक मालक घरी आले होते. तसं रीताला स्वप्नातिही वाटलं नव्हतं. मालकांना पाहून आश्चर्याचा धक्काच बसला. महादेव मात्र

कामावर गेला होता.

दारावरची टकटक ऐकूण दार उघडलं. दारात मालक स्तब्ध उभे, तिच्यावर नजर पडताच त्यांनी स्मितहास्य केलं. ती त्यांच्याकडे बघतच राहिली.

"घरातही घेणार नाही का? की, दारातूनच हाकलणार!"

"या ना! एकाएकी आम्हा गरिबांच्या घरी आगमनानं आश्चर्य वाटायला लागलं होतं."

मालक घरात आले नि सोप्यावर बसले. रीताने प्रतीकच्या खेळण्या उचलून बाजूला ठेवल्या. मालकाने प्रतीकला कवेत घेतलं.

"किती वर्षाचा झालाय तुमचा मुलगा? काय रे बाबा तुझं नाव?"

"प्रतीक, तीन वर्षाचा होईल तो."

"छान! इकडे गोदामाकरिता जागा बघायला आलो होतो. कळलं महादेव इथेच राहतो. म्हटलं चला जावू या, महादेवला सोबत घेतले असतं तर बरं झालं असतं. पण, मला तरी कुठं माहीत होतं, तुमचं घर इथं बाजूलाच आहे..."

मालकानं येण्याविषयी सारवासारव केली होती. रीताने चहा आणला.

मालक तिच्याकडे एकटक पाहू लागला. वक्षस्थळावरील पदर सरकवीत रीताने एक कटाक्ष टाकला. मालक बेधुंद घायाळ झाला होता."

"वा छान! बरेच दिवसांनी चहा घेतला. कसं ताजेपण वाटलं बघा!"

"म्हणजे तुम्ही चहा घेत नाहीत का?"

"नाही, तसं नाही. नेहमी कॉफी घेतो आम्ही, चहाची सवय तुटल्यामुळे छान वाटलं अगदी... बरं! घरात एकट्याच असता का नेहमी."

"हो....! हे, मी आणि प्रतीक. चौथं कुणीही नाही."

मालक आता एक, एक प्रश्न विचारू लागला होता. रीता त्याच्यासमोर बसली होती. प्रतीकला लाडावणं सुरूच होतं.

"महादेव खूप मेहनती इमानदार आहे."

त्याच्या कामाची स्तुती सुरू झाली. सोबत प्रतीकचीही स्तुती झाली. मादक नजरेने तो तिच्याकडे पाहू लागला. रीताही मनातल्या मनात तशी खूश झाली होती.

"बरं! येतो मी."

मालकाने पाचशेची नोट काढून प्रतीकच्या हातात दिली. रीता विस्मयकारक नजरेने त्याकडे पाहू लागली.

"एवढे पैसे कशाला जी दिलेत?"

''असू दे! तुमच्या प्रतीकला वाढदिवसाची भेटच समजा.''

मालकाने प्रतीकला तिच्या हातात दिलं. एवढ्यात तिचा पदर घरंगळला. ती लाजली, पदर सरकवला. त्याने नजरेनं एकदा पाहिलं. अजानतेपणी तिच्या हाताला स्पर्श केला. दोघांचेही मन रोमांचीत झालं. रीताला त्याच्या मूकभावना समजून आल्यात. मालक कारने निघून गेले.

'मालक निमित्य करूनच घराकडे आले होते. तिला मालक घरी येतील असे स्वप्नातही वाटलं नव्हतं. ती दिवभर विचारात गुंग होती. मालक एकटेच आहेत. करोडोची इस्टेट, मोटार, बंगला, अमाप पैसा किती श्रीमंत आहेत नाही का? अशा गलेलठ्ठ माणसाशी राहिलं तर! महादेव पासून काय मिळतंय. रोजचं तेच रडगाणं. नाही छे! कसला वाईट विचार करते मी. तीला पुनश्च झालेला संवाद आठवू लागला व ती गालातल्या गालातच एकटी हसू लागली...

'हे काय? कुणी पाहिलं तर, आम्हा गरिबांची बदनामी व्हायला वेळ लागत नाही!''

त्यालाही एकदम आश्चर्य वाटलं. अगदी अल्पशा प्रयत्नात रीता नावाची सुरेख रंगेल स्त्री त्याच्या जाळ्यात आली होती. दुपारची वेळ होती. अजूनही महादेव घरी जायला वेळ होताच.

''बरं! आपलं नशीब बदलवणं स्वतःला अशक्य नसतं. फक्त प्रयत्न करावे लागतात. माझं म्हणणं तुला पटत असेलच रीता.

तो आता एकेरीवर आला होता.

''हं!''

''मी तुला प्रथमच पाहिलं तेव्हा खरंच तुझ्या प्रेमात पडलो. मी एकटाच आहे. अपघातात सर्वस्व गमावल्यावर कधी स्वतःचं कुटुंब सावरावं असं विचारही आला नाही. पण तू जीवनात येताच मी विचार करतोय. कदाचित तुला हे पटणार नाही. पण तू खरच खूप आवडलीस. जगातील सर्व सुख तू मला देवू शकतेस हा माझा विश्वास आहे. कदाचित तुला हे पटत असेलच.''

रीता त्याचं बोलणं ऐकतच होती. काय उत्तर द्यावं तिलाही प्रश्न पडला.

''मालक!''

''अं...हं! मालक नको म्हणूस, फक्त प्रभाकर म्हणायचं मला.''

''बरं प्रभा म्हटलं तर चालेल.''

''वा छान! माझी पत्नीही मला प्रभाच म्हणायची. खूप प्रेम होतं तिच्यावर माझं.''

त्याने अश्रू गाळीत रूमालाने रडवेला चेहरा पुसला.

"पण... मी एका मुलाची आई आहे. महादेवशी माझं लग्न झालंय. तुमच्याशी संबंध जोडल्यानं महादेवचं काय? तसंच उच्चभ्रू समाजात तुमची बदनामी होईल ते."

"हं, तुझं म्हणणं खरं आहे. पण यावर काही तोडगा निघू शकतो. मी विचार करतोय. तुही विचार कर."

"बरं खूप उशीर झालाय. मला अर्जंट मिटिंगला नागपूरला जायचं आहे. कदाचित उद्यापर्यंत मी येणार नाही. पुढे कुठं भेटणार?"

"तुम्ही म्हणाल तिथं, पण दहा ते पाच या वेळात."

"बरं ठीक आहे आपण शनिवारला बारा वाजता पार्क समोर भेटू, मी वाट पाहीन."

प्रभाकर पहिल्या भेटीतच प्रेममोहीम फत्ते करून घाईतच तिथून उठला. तिच्याकडे नजरेचा कटाक्ष टाकला. तिही मोहरली होती.

रीता कारमध्ये बसून ठरल्याप्रमाणे मार्केट यार्डात उतरली. नंतर ऑटोने घरापर्यंत पोहचली. आज तिचं लक्ष कुठंच लागत नव्हतं. खरेदीचं सामान सोप्यावरती ठेवून प्रतीकला खाऊ घातलं. त्याला झोपवलं व विचार करू लागली.

'महादेवशी प्रतारणा करणं योग्य नाही. मला त्याने गरिबीतून आधार दिला. सालस भोळ्या स्वभावाला फसवणं, एका मुलाला फसवणं, पण मला काहीश्या फायद्यासाठी काहीतरी करावेच लागेल ना! उद्या आपली समाजात अब्रू जाईल. महादेव जगू शकेल? नाही आपण प्रभाकरला एवढ्या लवकर...

पण माझं मन एकाकी कसं वळलं कोण जाने? लग्नाअगोदर शेजारच्या अनिलने असाच प्रयत्न केला होता. पण त्याला आपण दाद दिली नाही. आजतागायत कोणत्याही परपुरूषाच्या बाबतीत आपण असा विचारही केला नाही. आणि आजच. नव्हे! परिस्थिती, आजचं वातावरण याला कारणीभूत ठरतेय. हं! परवाला तर प्रभाकरला पुन्हा भेटायचं आहे. आता माघार घेवून काय फायदा? नको! सांगून टाकावं त्याला. यापुढे पण.... सोन्याची संधी, जीवनात आलेला चान्स, परत कधीही येणार नाही.'

रीता मात्र निश्चयापर्यंत येवू शकली नव्हती. शनिवार केव्हा उजाळेल असच तिला झालं होतं. घरकामात की काय? कशातच तिचं लक्ष नव्हतं. महादेवला चहा दिल्यावर चहात साखर टाकण्याचेही विसरली होती. तसं महादेव तिला म्हणाला.

"तब्येत तर ठीक आहे ना! उदास दिसतेस, चल डॉक्टरकडे जावू."

"नको, तेवढं विशेष नाही. थोडं डोकं दुखतय."

महादेव बिचारा सारं घरकाम तिला करू लागत होता.

रीता नव्या साडीवर चांगली नटली होती. मार्केट यार्ड पासून, पार्क पर्यंत ती चालत आली. प्रतीकला शेजारच्या काकूकडेच आज ठेवलं होतं. बँकेत काम आहे याला बघा! म्हणून सांगून आली होती. तसं प्रतीकही काकूच्या नातवाशी दिवसभर खेळत राहायचां. त्याची फारशी काळजी करावी लागतही नव्हती. बारा वाजायला अजुनही पाच-दहा मिनिटे वेळ होता. मात्र प्रभाकर गाडी घेवून अगोदरच तिची वाट पाहात थांबला होता. तिची नजर गाडीवर जाताच प्रभाला पाहून स्मितहास्य केलं. दार उघडलं गेलं. रीता आत बसली. गाडी पुढे धावू लागली. एअर कंडिशन कारमध्ये तिला अगदी छान प्रफुल्लित वाटत होतं.

बाजूलाच बसून प्रभा ड्रायव्हिंग करत होता. एका छानशया श्री स्टार हॉटेलसमोर कार पार्क केली. हॉटेल मॅनेजर कडून रूमची चावी घेत दोघेही रूममध्ये पोहचले. तसे प्रवासात हसण्याशिवाय ते काहीही बोलले नाहीत, प्रेमाचं संगीत एवढीच त्यांची सोबत. दार बंद केलं. दोघेही बेडवरती लोळले.....

रिताला त्याच्या स्वभावाची शंका आली. आज प्रभा तिची अब्रू लुटेल. पण त्याला सहजासहजी बळी पडायचं नाही. नाहीतर मोठी माणसं फुलांना कुस्करून फेकून देतात. ती हुशार होती तेवढी चलाखही होती. जे हवं ते मिळाल्यावर पुरूषांना स्त्री नकोशी होते, याची तिला जाणीव होती. त्याला फक्त खेळवायचयं, खेळागत खेळवायचं.

"पण इथं हॉटेलमध्ये का बरं आलोत आपण."

"तसं नाही रीता, बाहेर चार लोकात मोकळ्या वातावरणात दुसऱ्यांना तमाशा दाखवण्यापेक्षा इथं निवांत बोलू शकतो. एवढाच उद्देश. तसं वाईट वैगेरे समजू नकोस. माझ्यावर विश्वास आहे ना तुझा."

"विश्वास आहे म्हणजे ठेवावच लागेल. पण भलतंसलतं असं करायला मी तयार नाही."

"बरं बाबा! मी तरी तुला कुठे म्हणतोय. पण आज ना उद्या माझ्याविषयी विचार करावाच लागेल, बरं सांग तू काय विचार केलंस त्यादिवसाबाबत."

प्रभाने रीताचा हात हातात घेतला. हळूच कवेत घेतलं. तिच्या मासल प्रदेशावर हात फिरवू लागला. ती आता बहरून रोमांचित होत होती. तिलाही सहवास हवाहवासा वाटत होता. महादेवच्या नि प्रभाच्या स्पर्शातील तिला फरक जानवला. परपुरूषाशी रम्मान होण्यात किती उत्कंठा असते नाही का? ती क्षणभर महादेवला विसरलीच होती. आता कुठं एकविसावं संपलं होतं. एका मुलाची आई असूनही रंगात रंगलेली ही नार...

"रीता तुझ्यावर खरंच माझं प्रेम जडलंय, तू आता नकार देवू नकोस. आपण लग्न करू. तू महादेवला सोडून द्यावेस. वाटल्यास तुझ्या मुलाला मी अंतरणार नाही. त्यालाही आपलसं करीन.

रीता प्रभाच्या चाळ्याने खूश होवून रंगात आली होती. हळूच प्रभाने सोन्याचा हार काढून तिच्या गळ्यात टाकला. डोळे उघडताच ती थक्क झाली. एवढा किमती हार पाहून...

"आवडला काय तुला!"

"पण या हाराबद्दल महादेवला काय सांगू?"

"काय सांगायचं? काहीच नाही, त्याला दाखवूच नकोस."

प्रभाचे चाळे वाढले.

"नको ना! इश्श... आता नाही गडे, पुढे केव्हातरी..."

"बरं बाबा! तुझ्या मर्जीच्या समोर थोडाच जाणार मी..."

प्रभाची अवस्था वेड्यासारखी झाली होती. असं कोवळं सौंदर्य, रूप कित्येक दिवसांनी त्याच्या हातात आलं होतं. सारं काही ऐश्वर्य असतांना तो स्त्रिसुखासाठी हपापला होता. पैशानेही त्याला शरीरसुख घेता आलं असतं. पण त्याला ते पटणारं नव्हतं. तसा त्याने कधी विचारही केला नव्हता. पण भावनेचं काय सांगता येतं. रीताला पाहताच त्याला आपलेपण जाणवलं. पुनश्च आपण संसारसुखात उडी घ्यावी असं त्याला मनोमन वाटत राहिलं. तसं कित्येक मुली त्याच्या मागे घुटमळायच्या. पण त्या त्याच्या संपत्तीवरच डोळा ठेवून होत्या. त्यांच्याकडे दुर्लक्ष केल्याशिवाय पर्याय नव्हतं. आज ना उद्या लग्न तर करावंच लागणार. एवढ्या इस्टेटीसाठी वारसदार हवा होताच. पण रीतासारखं सुंदर मनमिळावू स्वभाव कुणातही आढळला नाही. रीताने त्याच्या हृदयावर जादूच केली होती. रीता त्याला आता मर्यादा ओलांडू देत नव्हती...

"बरं! रीता, मला वाटतं, आपण गुपचूप लग्न करावं. तू मुंबईला माझ्या फ्लॅट मध्ये राहावस. कालांतरानं मी मुंबईला स्थायिक होईन. आणी आपण दूरवर राहत असल्यामुळे आपणाला कुणीही शोधू शकणार नाही. काळाच्या ओघात सारं काही विसरून जातील आणि तुला जर वाटत असेल तर! महादेवला मी ही फॅक्टरी देणार, त्यालाच मॅनेजर करणार. पुढे मी त्याला सारं काही देवून इथून हक्क सोडणार. पण आपण दोघेही सोबत आहोत ही खबर कधीही लागू दयायची नाही.

"हं..!"

"आपण एक प्लॅन करू, तू मुंबईला जा. तिथं फ्लॅटवर रहा. मी इथेच चार-दोन महिने काढणार. अधामधात मी तुला भेटायला येत राहीन. एवढ्यात मी प्रमोशन करून महादेवला मॅनेजर करून त्याला समजावणार. मात्र तो सध्या नाराज असेल पण नंतर तो दुसरं लग्न करेलच. फॅक्ट्रीचा मॅनेजर झाल्यावर कार, बंगला सगळं काही असेल त्याच्याजवळ."

रीताला तर त्याचा प्लॅन फारच आवडला. तिनेही एवढा विचार केला नव्हता. तिच्या मनात मात्र वेगळेच विचार होते...

"तुझी तयारी आहे ना!"

"हं..! हो.... तयारी आहे! तुम्ही म्हटल्यावर, आता सर्वस्व तुम्हीच माझे स्वामी." ती अडखळत बोलली.

दोघेही एकमेकाशी चाळे करू लागलेत. बरेच वर्षानंतर प्रभाकरला सुख मिळत होतं. रीता मात्र अंतर्मुख होऊन विचारात गर्क झाली होती. समुद्रातील उसळलेल्या लाटा क्षितिजाजवळ आभाळाला आलिंगण देत होत्या.

चार तास घालवल्यावर ती घरी आली होती. तिला पुढच्याच हप्त्यात मुंबईला जायचं होतं. मात्र महादेवला याची खबरही होऊ दिली नाही नि अचानक ती निघून गेली होती. पोटच्या गोळ्याला तसंच टाकून.

आज सर्वत्र वार्डात याच गोष्टीचे कलकलाट सुरू होते. महादेवही हिरमुसून होता. त्यालाही विश्वासच बसत नव्हता. रीता कधी असं वागेल याचंच त्याला आश्चर्य वाटत होतं.

आठ पंधरा दिवस असेच गेलेत. सर्व समाजात रीताची छि-थू झाली. ऑफिसात की, कुठेच तो जात नव्हता. घरी तरी कुठपर्यंत बसणार? पोलिसातही त्याने रिपोर्ट केलं होतं. कारण तिचं पत्र पाहून त्याने हा विचार केला. स्वतःहून गेलेली रीता परत थोडेच येणार होती. पोलिसाच्या प्रयत्नालाही यश आलं नव्हतं. ती कुणासोबत पळाली याचा थांग पत्ताही विचार करून कुणालाही कळत नव्हता. मध्येच ऑफिसात जाऊन त्याने सिकलिव्ह दोनदा वाढवून आणली होती. त्याचा मालकही ऑफिसातच असायचा. शंका तरी कुणावर घ्यायची.

आजच तो ऑफिसात जॉईन्ट झाला. मालकाने त्याला कॅबीनमध्ये बोलावले. थोडासा नाराज होताच तो, इतरांशी बोलतांना त्याला त्याचीच शरम वाटायची. मालकासमोर उभा राहिला. त्याला सहानुभूतीपूर्वक म्हटलं.

"बरं! महादेव बस! मला तुला दुखवायचं नाही. पण जे काही समजलं ते खरंच काय? सहज विचारलं तुला.''

महादेव खिन्न मनानं म्हणाला. "होय साहेब!''

"कुठं गेली काही पत्ता वगैरे!''

"नाही साहेब, तिच्यावरून कधी वाटलंही नाही. अशी वागेल म्हणून.''

"बरं! झालं ते झालं. असं किती दिवस दुःख उगाळत बसणार, आता तू नव्याने जीवनाला सुरूवात करावीस. असंच मला वाटते आहे. स्वतःसाठी नाहीतर मुलासाठी तुला जगावच लागेल. तुझी मेहनत, कार्य तत्परता पाहून मी निर्णय घेतला आहे. तू एक तारखेपासून या फॅक्ट्रीचं मॅनेजर म्हणून काम पहावस. कारण ही तसच आहे.''

महादेव दहा-पंधरा दिवसात प्रथमच सुखावला होता.

"कारण.. आपले मॅनेजर दिल्लीच्या फॅक्ट्रीत गेलेत. तिथे त्यांची गरज होती आणि इथे या पदावर कार्य करण्यास तुमच्याशिवाय दुसरं कुणी असेल असं मला वाटत नाही. तुम्ही हे सारं सांभाळू शकता आणि हं! आता पाच कारखाने सुरू असल्यामुळे मला दिल्लीला ग्रुप कामाकरिता स्थायिक व्हायचं आहे. आंतरराष्ट्रीय स्तरावर आयात-निर्यात करायची असल्यानं, तसेच आपल्या ग्लासला सगळीकडे मागणी वाढल्याने मी हे तुला सांगतोय म्हणूनच तुला बोलावलं! तसं तुझा नकार असेल तर कळव. तुझ्याजवळ परत दहा-वीस दिवस वेळ आहे. तू विचार कर, त्या वार्डात राहण्यापेक्षा कार, बंगला मिळेल आणि हो मला एक सुचवावसं वाटते. तू चार-दोन महिने वाट पहा नि दुसरं लग्न करून घे! उद्या मॅनेजर म्हटलं तर कित्येक मुली मिळतील तुला. तसं तुझं वय तीसच्या घरातच आहे. झालं गेलं विसरून जा. नाहीतर आणखी एक सांगतोय, कानपूरच्या कारखान्यातही मी तुला जागा मिळवून देवू शकतो. पण तिथं मॅनेजर पद मिळणार नाही. वाटल्यास तुला प्रमोशन मिळून चांगलं चार-पाच हजार रूपये जास्त पगार मिळू शकेल. मला वाटतं तू विचार करावस. लवकरात लवकर कळव. बरं! तुला आणखी सुट्टीची गरज असल्यास तुला मी सुट्टी देतो.''

"नको साहेब, एवढेच उपकार खूप झालेत. आपण देव आहात, मी विचार करेन साहेब, येवू मी...''

"बरं ये!''

वर्ष लोटलं होतं.

महादेव ग्लास कंपनीचा मॅनेजर झाला होता. बंगला, कार दिमतीला होती. प्रतीकही

आता नर्सरीला जावू लागला होता. घरी नोकर चाकरही होते. एक वर्षापूर्वी घडलेलं सारं काही विसरला होता. केव्हा-केव्हा रीताची आठवण यायची. प्रतीक आई, आई म्हणून रडायचा. आई गावला गेली म्हणून त्याला समजवायचा. पण त्याने लग्न केलं नव्हतं. दुसरी पत्नी केल्यावर ती प्रतीकला समजून घेईलच असे नव्हतं. आणि लवकर लग्न केले तर समाजही नाव बोट ठेवेल. त्याचं काय?

आता मालक सहा महिन्यापासून दिल्लीलाच राहतो, असं त्याला कळलं होतं. मालकाच्या कंपनीचा व्यापही वाढला होता. सारं काही व्यवस्थित सुरू होतं.

रीता मुंबईला फ्लॅटमध्ये आली. तिने प्रभाला अट घालून महादेवला मॅनेजर केलं. प्रभा दिल्लीला राहतो असं सांगून मुंबईलाच राहू लागला होता. तिथूनच पाचही कारखान्याचं काम तो सांभाळायचा. रीताही प्रभाशी एकनिष्ठ राहू लागली होती. मुंबईत आल्या, आल्या ती बेचैन झाली होती. पण पंधरा दिवसांनी जेव्हा प्रभा आला, तेव्हा त्याने तिला फार समजावलं होतं. तसं तीने महादेवकडे परत जाण्याचा निर्णयही घेतला होता. पण तिला निर्णय बदलवावा लागला. स्वतःच्या चुकीचा, तिने सुरूवातीचे काही दिवस खूप विचार केला. पण तिच्या मनातील उद्दिष्टे पुन्हा जागृत होतं होते. 'नाही, मी केलं ते योग्यच आहे.' असंही तिला मनोमन वाटायचं. प्रभा आला त्यादिवशी रात्रभर दोघेही एकमेकात गुंतली. तिने आपलं सर्वस्व त्याला दिलं. खरंच ती आता राणी झाली होती.

कार, बंगला, पाच कारखाने नि करोडोची इस्टेट, पैशाची खाण सारं काही तिला मिळालं होतं. मात्र प्रभापासून आपल्याला मूल होवू नये. याचीही काळजी तिने घेतली होती. प्रभाने सर्व इस्टेट काही दिवसातच तिच्या नावाने केली होती. तसे कागदपत्र तयार झाले होते. आता त्याला मूल हवं होतं. स्वतःच्या इस्टेटीचा वारसदार, रीता त्याला खूप सुख द्यायची. तोही तिच्या प्रेमात न्हाऊन निघाला होता. अशातच दोन वर्ष कशी निघून गेली तेही त्यांना कळलं नाही.

स्वतःचं मुल व्हावं असं प्रभाला मनोमन वाटतच राहिलं होतं. केव्हा-केव्हा तो दुःखीही व्हायचा. अचानक एके दिवशी प्रभाची तब्येत बिघडली. त्याला हार्टअटॅक आला आणि प्रभाची प्राणज्योत मालवली. सर्व कारखान्यापर्यंत माहिती पोहचली. हे असं कसं झालं? सर्व विचार करू लागले. सर्व क्रियाकर्म मुंबईतच पार पडले होते. आता नवीन मालक कोण? याचाही प्रश्न व्यवस्थापक या नात्यानं महादेवला पडला होता. अंत्यसंस्काराला कुणालाही जाता आले नव्हते. कारखान्याचे काम पूर्वीप्रमाणे सुरूच होते नि सातव्याच दिवशी महादेव कॅबीनमध्ये असतांना वकील आले. त्याने मॅनेजरला भेटायचं आहे म्हणून

कॅबीनमध्ये प्रवेश केला.

"सर, आपले प्रभाकर मालक अटॅकनी वारलेत. त्यांच्या पश्चात त्यांना मुलबाळ कुणिही नव्हतं. त्यांनी आपली इस्टेट, कारखाने ह्या वकिलपत्रानिशी नव्या मालकाच्या नावे केले आहे. आता या कागदपत्रानिशी सर्व व्यवहार नवे मालक करतील. व तेच कामकाज पाहतील.

महादेवने कोर्ट फाईल उघडली. त्याला आश्चर्याचा धक्काच बसला. थोडी घरघर वाटायला लागली. कॅबीन त्याच्याभोवती फिरत असल्याचा भास झाला. त्याला काहीही समजत नव्हतं. हाताला थरकाप सुटला. वकिलही त्याच्याकडे आश्चर्याने पाहू लागले. टेबलावरच्या ग्लासातील पाणी पिलं.

'प्रभा ग्लास कंपनीचं रूपांतर आता रीता ग्लास कंपनीत झालं होतं. नव्या मालकाचं नाव होतं. रीता महादेव कलंत्री.'

वकील निघून गेले. महादेव विचार करू लागला, फोनची रिंग वाजली. "हॅलो, महादेव फोन ठेवू नकोस! मी तुझ्याशी प्रतारणा केली पण मी तुझ्याशी तेवढीच प्रामाणिक राहिली. मला सारं काही मिळवायचं होतं. बंगला, कार, इस्टेट सारं काही मिळवलंय. तुझ्यासाठी, माझ्या प्रतीकसाठी, याकरिताच मी तुझा त्याग केला होता. महादेव आता तू मुंबईला ये, आपण एकत्र राहू. येणार ना!"

महादेवच्या हातातून रिसीव्हर सुटला होता. डोकं गरागरा फिरू लागलं. सारं काही स्वप्नागत वाटत होतं. डोक्यावर हात ठेवून टेबलावर डोकं ठेवलं. त्याला काहीच सुचेनासं झालं. दारावर प्युन "मे आय कमिन सर..." म्हणत कॉलबेल मारीतच राहिला. त्याला रीताचा मुखवटा अस्पष्ट दिसू लागला होता.

ट्रिंग ट्रिंग......ट्रिंग.......ट्रिंग.......ट्रिंग......

महादेवने वर नजर केली नि जोरजोरात हसू लागला......प्युन त्याकडे एकटक बघतच राहिला....

६) अनपेक्षित

वैशाखनुकताच संपत आला होता. तरीपण उन्हाची लाही लग्नातील मंडपाच्या धगेप्रमाणे टिकूनच होती. सकाळपासूनच आज कशातही मन रमत नव्हतं. रात्रोची झोपही आज बरिचशी झाली होती. अगदी पहाटे पाचला उठून आमचे हे 'पुण्याला' फ्लाईटने केव्हा गेले ते सुद्धा कळलं नाही. तसं पाहता कामानिमित्य कुठं बाहेर जायचं झाल्यास आलार्मच्या गजरानेच मी जागी व्हायची आणि त्या साखरझोपेतच ह्यांचं मात्र जाण्याबद्दल....

"अग मंदा हे कुठं आहे? ते कुठं आहे?"

झालं पाच-एक मिनिट कंटाळा यायचा. मग मात्र बेडवरुन उठल्यावर अगदी मस्त कसं छान वाटायचं. यांची हसरी स्वारी प्रेमाच्या गुलमोहराने डिवचायची.

"मंदा, तुला की नाही येतांना गजरा आणणार. मग आमची ही कशी गजरा माळेल आणि सोसायटीच्या मेंबर्सना सांगेल, ह्यांनी खास मुंबईहून रात्रोच आणलाय. बघा ना कसा सुगंध दरवळतोय, पण बिचा-यांना कुठं माहीत ह्या फुलांच्या सुवासापेक्षा हिच्या साडीवरील पेरलेला सेंटचा सुवास अधिक आहे."

ह्यांचं आपलं असं चालू व्हायचं. मलाही केव्हा राग यायचा, मात्र भांडण वगैरे कधी झालंच नाही. थोडसं हिरमुसलं सारखं करायचं, मग स्वारी समजवण्यास तयार असायची, मानेत हात घालून मग...

"एक पप्पी देशिल का?"

"चावट कुठले? मी नाही बोलणार जा?"

"मंदा किती टवटवीत मस्त दिसतेस?"

"बरं येतो हं! यायला उशीर झाला तर कळविनच निघू मी?"

"बरं!"

पण यांनी आज मला उठवलं सुद्धा नाही. अगदी तसेच निघून गेले. मी दोन, तीन तास

मात्र जास्तच झोप घेतली. त्यामुळे काय उदास वाटायला लागलं होतं.

चांगले फक्कड बारा वाजलेत. आता मस्त जेवायला हवं. असंही मनात आलं का? कोण जाणे? जेवनाचं ऑर्डर दिलंच नाही.

तशी पाहता हे बाहेर गेल्यावर बंगल्यात मी एकटीच असते. दिवसभर पुस्तके वाचनं, टी.व्ही. पाहणं, झालं. ना काम ना धंदा, सब बोअरींग डे, रघू मात्र दिवसभर छोटे मोठे काम करीतच असतो. ह्यांनी रघूला आमच्या घरात ठेऊनच घेतलं. मोठा ईमानदार नोकर, आमचे हे त्यांना 'दादा' म्हणून बोलावतात. असेल वयाला पन्नासच्या आसपास, ह्यांच्या खेड्यातला बिचारा. साहेबावर त्यांची खूप माया, मात्र मी या घरात आली तेव्हापासनं त्यांना दादा वगैरे कधी म्हटलंच नाही. नेहमी 'रघूच'. काय माहित? दादा म्हणून आपुलकीने बोलावणं मला जमलंच नाही.

बाहेर जाऊन थोडी शॉपींग करावी असा बेतही आखला, पण सायंकाळीच जावं असंही मनात आलं. अर्धापाऊन तास बाथरुम मध्येच बाथ केलं, नि केस वाळवायला बागेत जावं. रघू फुलझाडांची मशागत करीत असेल. त्याच्याशी बोलावं, रस्त्यावरुन येणाऱ्या-जाणाऱ्या गाड्याकडे बघावं. वर्दळीय जीवन.... घरातल्या पेक्षा अंगणात कसं छान वाटते, पण उन्हाची लाही खूप, पाच-एक मिनिट पोर्चमध्ये बसून लिंबाच्या झाडाचा गारवा मनाला मोहरवून टाकतो.

दारावरची बेल वाजली. एवढ्या भर उन्हात कोण आलं, कोण जाणे?

"रघू ए रघू..."

रघू कुठं गेला, बसला असेल बागेत. झाडांच्या मुळांशी गुजगोष्टी सांगीत. त्याला तरी काय माहित? दारावरती कोण आलं ते? मी दाराची झडप उघडली. दारात तीन-चार वर्षाच्या मुलाला घेऊन माझ्याच वयाची स्त्री होती.

"या आत या ना!"

मी जरा आपुलकीनेच म्हटलं, तसं पाहता मी या अगोदर तिला केव्हाही पाहिलं नव्हतं. बिचाऱ्या मुलाची मला दया आली आणि बाहेर उन्हात ताटकळण्यापेक्षा.....

तसं यांनी अगोदर सांगूनच ठेवलय. घरी कुणीही आले तरी त्यांना आत या, बसा, काय काम होतं साहेबांकडे, असं आदरानं विचारायचं. मी तरी कुठं अनादर बाळगते. पण मनाला केव्हा विट आलेला असेल तर आपोआपच मन भावनेच्या भरात वेगळच वागतं. आपलं आपल्यालाच कळत नाही आणि नंतर पश्चाताप होतो. तसं दारावरती कुणीही पाहुणं आलं तरी थोडेफार ओळखीचे असतातच. एखाद्याच वेळेस कुणी अनोळखी......

आणि कुणी चोर वगैरे... असा विचारही मनाला शिवत नाही आणि आलच तर काय नेणार? वस्तुंना तर कुणीही हात लावत नाही. दागिने पैसा आडका सगळा लॉकरमध्येचं, अकाऊन्टमध्येच असतो. सर्व व्यवहार जवळपास क्रेडिटकार्डवरच चालतात. बाहेर गेलच तर ऑटो गाडीला घ्यापुरते पैसे असलं की बस! तेही आता नको, ह्यांच्याकडे व्हॅन आहेच. मलाही केव्हा-केव्हा तिच व्हॅन उपयोगात येते. एखाद्या वेळेसच आपलं काही वेगळच बाहेर जाणं.

ती माझ्या मागेच आत आली मी तिला बसायला सांगितलं. ती सोप्यावरती अडखळतच बसली.

''अग बस ना! असं संकोचायचं नाही!''

एवढ्यात रघूही बाहेरून आत आला. मळक्या दुपट्यांनं घाम पुसत दार लावलं नि आतमध्ये जायला लागला.

''रघू पाणी घेऊन ये!''

त्याने माझ्याकडे ढुंकूनही पाहिलं नाही. पण जातांना त्या स्त्रीकडे नजर टाकली. ती रघूकडे पाहून किंचीतशी हसली. तिच्या चेहऱ्यावरनं रघूला पाहताच ती प्रसन्न झाल्यासारखे दिसली.

''रघूची नि हिची कुठली ओळखी?''

मलाही प्रश्न पडला, पण जाऊ दे, नंतर विचारूच. मी तिच्या शेजारी बसली. तिने बाळाला खाली ठेवताच तो पळत माझ्या जवळ आला. तुटक-तुटक मिश्कील हसऱ्या चेहऱ्यांनी मी भारावली.

''नाव काय तुझं?''

''अमित'' ती उद्गारली.

तिच्याकडं आणखी एक नजर टाकली. ती मध्यम घरातली गरीब स्त्री होती. पहायला माझ्यापेक्षा कितीतरी पटीने नाकी डोळी सुंदर, मात्र दररोज काबाडकष्ट करून पोट भरत असल्यानं कदाचित ती तेवढी सतेज दिसत नव्हती. अंगावरील साडीही जुनीच होती. बाळाच्या अंगावर हलक्याच दर्जाचे कपडे होते. कपाळाला मात्र कुंकू नव्हतं. आता मात्र कुंकू न लावण्याची आम्हा स्त्रियांत फॅशनच झाली आहे. एवढंच काय? मंगळसुत्र ऐवजी सोन्याची चेन वगैरे..... मलाही ते पटतं कारण, आपण समाजाशी बरोबरी करावी, त्यानुसार वागावं. नाहीतर हाय सोसायटीच्या स्त्रिया अगदी नाव ठेवतात.

रघू ने पाणी दिलं. ती घटाघट पाणी प्याली. बाळालाही तहान लागली होती. मीच

माझ्या हाताने त्याला पाणी पाजलं. तशी थोडीशी मला किळस आली. पण मी पाणी घेताच तो माझ्याकडे हातवारे करू लागल्याने त्याला द्यावच लागलं. रघूने आणखी तिच्याकडे पाहिलं. रघूही मिश्कील हसला आणि घरात निघून गेला. मला काहितरी वेगळच वाटायला लागलं.

"साहेब आहेत काय?"

"नाही, ते सकाळीच पुण्याला गेले. रात्रौ उशिरापावेतो येतील, काय काम होतं तुमचं?"

ती अडखळली, "नाही तसं काही विशेष नाही. साहेबांनीच मला त्यादिवशी ऑफीसमध्ये गुरूवारला भेट म्हणून सांगितलं. ऑफीसमध्ये गेली तर कळलं साहेब आज घरूनच आले नाहीत. म्हणून घराकडे आली, बरं ठीक आहे, येते मी!"

"अग, पण तुझं नाव काय? काही न सांगताच, त्यांना सांगेन की आल्यावर."

ती आणखी अडखळली. मलाही आता खूप जोराची भूक लागली होती. पण एवढ्यात ही आली. रघूने बिस्कीटचा पुडा घरातनं आणला. अमितच्या हातात दिलं. त्याने तो फोडत भराभरा खाऊ लागला. तसं त्याला फार भुख लागली असेल कदाचित. त्याच्या खाण्यावरण कळलं, आता तो बिस्कीट खाऊ लागल्यानं तीला थोडावेळ थांबावं लागणारच होतं.

"माधुरी जाणवे."

डोक्याला ताण देऊनही नाव कधी ओळखीचे वाटले नाही. मात्र माधुरी नाव ऐकिवात असल्यासारखे वाटले. मला आता जास्तच भूक लागली होती. तिला जेवनच घेवून जा, म्हणावे की म्हणू नये. असा किंचितसा विचारही आला. पण मीच तो थांबविला.

"मालकिनबाई, जेवण लावलयं." रघूने आवाज दिलं.

मी भानावर आली. "माधुरी, चल जेवणच करून जायचं हं!"

तीला थोडं परक्यासारखं वाटलं, "नको, नको मी जेवनच करून आली."

मला तर तिच्यावरणं आज जेवण केलं नसेल असंच वाटायला लागलं. लहानगा अमितही उपाशीच दिसला. मी तिला जास्तच आग्रह केला. ती माझ्यासोबत टेबलावरती बसली. कदाचित ती पहिल्यांदाच डायनिंग वरती बसली होती.

"घे कर सुरूवात."

मी जेवणास सुरूवात केली, तेव्हा कुठे तिने जेवणाला सुरवात केली. रघूही आमच्या सोबतच जेवायला बसला. तसं आम्ही घरात तिघेच असतो. हे, मी आणि रघू. त्यामुळे सगळे एकाच वेळेस गोष्टी सांगीत जेवण करतो. फार छान वाटतं जेवणही थोडं जास्तच

होतं. मी तिला तिच्या कामाबद्दल विचारावं असं वाटलं.

"कुठं राहते गं तू?"

"मी काय? जवळच शिवानला राहते."

"बागला सोसायटीच्या फ्लॅटमध्ये...."

"नाही, पलीकडील झोपडपट्टीमध्ये"

मला तिनं असं सांगताच संकोचल्यासारखं वाटलं. किती घाणेरडी आहे ही झोपडपट्टी, एकदाच ट्रॅफिक बंद असतांना साहेबांनी झोपडपट्टी रोडने व्हॅन पास केली होती. तेव्हाच कळलं होतं.

"काय काम करतात तुझे मिस्टर?"

"नाही, ते वारले, तीन वर्षापूर्वी अपघातात." ती थोडीशी हिरमुसली.

हं! लक्षात आलं म्हणूनच हिच्या माथ्यावर साधी टिकली नाही. बिचारा अमित जन्मला असेल नि बाप गेला. किती दुर्भागी पोर.

"मग तू काय काम करतेस?"

"मी बागला साहेबाकडे घरकाम करते मिळतात महिन्याला एकहजार रूपये त्यावरच भागवते."

"आणि तुझे हे कोणतं काम करायचे?"

विचारलं तेवढंच माधुरी बोलत होती. तिचा पती कसा वारला, तू कोण? कुठली? सारं काही एका दमातच विचारून टाकावं वाटलं. आता ती मनसोक्त जेवण करत होती. अमितही खेळू-खेळू आई हे दे, ते दे, म्हणून जेवण करू

लागला. गोड मुलगा होता तो. यत्किंचीतही त्रास देत नव्हता. रघू मात्र तिच्याशी न बोलताच मुकाट्यानं जेवत होता. नाहीतर रघू सारखा आमच्या मधात बडबडून जेवायचा.

"त्यांना अपघात कसा काय झाला?"

तिचे डोळे पाणावले. पदराने डोळे पुसले. ग्लासातलं पाणी पिलं.

"एका भरधाव ट्रकने ह्यांना मागेहून टक्कर दिली. हे स्कुटरने जात होते. हॉस्पीटलात नेलं. होतं नव्हतं सारं काही ऑपरेशनला लावलं. पण यश आलं नाही."

"अरेरे! फार दुदैंवं ग तुझं."

"मग आता साहेबाकडे कुठलं काम होतं."

ती आणखी संकोचली नि म्हणाली. "झोपडपट्टीच्या जागेचा मला ताबा मिळणार आहे. मात्र पालिकेत सुधार प्रन्यास मध्ये चार हजार रूपये भुखंड विक्री-फी भरा असं

नोटिस पाठविलं आहे. आता चार हजार भरले तर ती जागा माझ्या नावे होईल. म्हणून मागे मी साहेबांना भेटली होती. साहेबांनी आज यायला सांगितलं होतं.

"तुला पैशाचं काम केव्हा आहे?"

"या महिन्याअखेरपर्यंत मुदत दिली आहे."

"मग वेळ आहेच... नंतरही भरता येईल."

"नाही, साहेब तसे वेळेचे पक्के तसेच विचारानेही एक वाक्यतेचे आहेत.. त्यांनी आज या म्हटलं नि मी उद्याला आली असती तर कदाचित त्यांनी पैसे दिलेही नसते. म्हणून घराकडे आली."

हिला साहेबाचा स्वभाव कसं काय माहीत, याचंच मला आश्चर्य वाटायला लागलं. साहेब होय म्हटलं तर होय, नाही म्हटलं तर नाही. अशा स्वभावाचे तसे ऑफिसात एकदम कडक, नियमांचे पक्के.

"पण साहेबांशी तुझी ओळख कशी काय?"

ती सांगावे की... सांगू नये. अशाच विचारात होती.

"ओळख ना! मी साहेबांच्या खेड्यातील आहे. लहानपणापासून ते मला ओळखतात."

"असं व्हयं!"

रघूचं जेवण आटोपलं. रघू अमितला खेळायला पलीकडच्या रूम मध्ये घेऊन गेला. तोही दादा-दादा करीत त्यासोबत गेला. माझं आज गप्पागोष्टित भरभरून जेवण झालं होतं. माधुरी पैशाच्या चिंतेणे असल्यामुळे ती जेवली नसेल कदाचित. हजार रूपये महिन्याला कमवून काटकसर करून तिचं जगणं मुलाला भरवणं किती कसरत करावी लागत असेल नाही का?

माधुरी जेवणानंतर थोड्या वेळातच 'जाते मी.' म्हणत अमितला घेवून गेली. मी तिच्याकडे एकसारखी पाहातच राहिली. सारखे बराच वेळ विचार डोक्यात येत होते. दुपारी तीन नंतर आराम करावे म्हणून बेडवरती पडली तरी तिचेच विचार मनात घोळत होते.

अमित किती गोजीरवाना मुलगा होता. आमच्या लग्नालाही तीन वर्ष झालीत. परंतु मला बाळही नाही. केव्हा-केव्हा मातृत्वाच्या कल्पनेनं उन्मळून येतं. पण दुःख कुणाला सांगावे. लग्नानंतर एक वर्षानींच अबॉर्शन झालं. जिन्यावरून खाली पडली. गर्भाला खूपमोठी जखम झाली. अशक्तपणामुळं घडलं होतं. खूप ब्लडींग झालं. बाळालाही जखम झाली. ऑपरेशनने बाळ वाचू शकला नाही. डॉक्टरांनी तर यांचेशी दोन वर्ष सहसंबंध

ठेवायला नकार दिलं. दोन वर्षाचा पिरेड नुकताच चार दोन महिन्याकाठी संपला. पण आता कधीही मूल होणार नाही असं जेव्हा कळलं तेव्हा धक्काच बसला. पण ह्यांच्या आधारामुळेच मी जगते आहे. तसं यांनी आपण मूल दत्तक घेवू असंही सुचवलं. पण माझं मन आजतागायत नकारात्मक राहिलं. दुसऱ्याच्या मुलावर माया करण्यात काय अर्थ? असंच मला वाटतं. त्यांनी आग्रह केला. पण मी नकारच दिला.

आता वाटू लागलय, अमितसारखा गोड मुलगा दत्तक घेतला तर! कदाचित अमितलाच... देणार का माधुरी त्याला? छे! नाही देणार ती. तिला दुसरा आधार कुठला! तिच्या म्हातारपणी तोच तर दुसरा आधार आहे. ती त्याच्यासाठीच तर जगते आहे. माधुरीने दुसरं लग्न केलं असतं तर. पण तिला मुल आहे. कोण मागेल तिला. एखादाच तिच्या परिस्थितीची जाणीव असणारा.

साहेबांनी दुसरं लग्न करावं असंही मला वाटलं. पण एवढ्या मोठ्या श्रीमंत माणसानं असं वागल्यास सोसायटीत काय किंमत राहील यांची. त्या गोष्टीला त्यांचा स्वभाव कधीही होकार देणार नाही. एवढं मात्र नक्की त्यांना जे पटतं तेच ते करतात. त्यामुळं मी त्यांना विचारलही नाही.

हे अगदी गरीब परिस्थितीतूनच वर आले. जिद्दी, परिश्रम, बॅंकेत नोकरी, आज प्रबंधक पदावर कार्यरत आहेत. रग्गड पगार असूनही मात्र दुःख पाठिशी आहेच.

माधुरीच्या विचारातच गाढ झोपली मी. सायंकाळी सहाला जाग आली. शॉपींगचा मुडही बिघडला आता. उद्यालाच जावू असंही मनोमन ठरवलं. थोडसं ताजेतवाणं व्हावं म्हणून लिंबाच्या झाडाकडे फिरायला गेली. रघू झाडांना पाणी घालीत होता.

रघूशी काहीतरी बोलावं म्हणून विचारलं, "रघू तू दुपारी आलेल्या माधुरीला ओळखतोस काय?"

"हं! हो, ती आमच्याच गावची ना!"

"म्हणून की काय, अमित तुझ्याशी सौख्यानं वागला. पण ह्या चार-पाच वर्षात तर तुझे तिच्याशी संबध आले नसणार. मग अशी कशी एवढी गट्टी?"

"केव्हा-केव्हा वेळ मिळालं की जात असतो तिच्याकडे."

"काय रे! त्या बागलाच्या घरी काम करून बागलांनी तिला मदत केली नाही."

"गर्भश्रीमंत माणसांना भावनेची जाणीव नसते बाईसाहेब!"

"मग साहेबांना कसं काय?"

"साहेब गर्भश्रीमंत नाहीतच आणि त्या आपल्याच गावच्या, गावच्या माणसाविषयी

जिव्हाळा असतोच.’’

‘‘तुझंही खरंच आहे.’’

अंधार पडायला लागला. झाडावर पक्षाचा किलबिलाट ऐकू येऊ लागला. तसं पक्षाचं दररोजचं असतं. सायंकाळी झाडावर चाललेली पक्षाची घालमेल पाहून मन थक्क होतं. दररोजचं असं कंटाळवाणं जीवन. आज मात्र माधुरीच्या आठवणीने मोहोरले होते. आणखी तिचीच आठवण, तो अमित, ती माधुरी काय करीत असेल? बिचारी! पतीविना मुलासाठी किती झटतेय? आणी मी, स्वतःच्या दुःखाचा डोंगर उगाळतोय. साहेब सहसंबंधापासून दोन वर्ष दूर राहिलेत. पण ही तर अमितचे बाबा वारल्यापासून दूर राहते. कशी राहात असेल बिचारी! मी दोन वर्षांत कितीदा तरी उन्मळून आले. पण डॉक्टरांच्या सल्ल्यांनी मला गप्प बसवलं. पर्याय नव्हता. जीवन जगण्याचा ध्यास कुणाला नसतो...

रात्रोला हे जरा उशिराच आले. मी आज झोपली नव्हती. याचं त्यांना आश्चर्यच वाटलं. ‘‘अरे! आमची छकुली मंदा, आज झोपी नाही गेली बरं! मी कथा ऐकवते हं, मग झोपायचं.’’ त्यांनी आल्याबरोबर हसतच म्हटलं.

‘‘तुमचं आपलं काहितरीच... मी नाही बोलणार जा.’’

‘‘नाहीतर नाही, नकळत झाली बाबा चूक, आता तर माफ करा.’’

आम्ही दोघेही जेवायला बसलो. तशी आज फारशी भूक नसल्यानं, मी उशिराच जेवायचं ठरविलं होतं. नाहीतर मी हे कुठं बाहेर गेले की, अगोदरच जेवण करून घेते. हयांनी अधाशासारखं खायला सुरूवात केली.

‘‘आज माधुरी जाणवे आली होती.’’

‘‘माधुरी आणि इथं.....अरे हं! मी तिला ऑफीसात बोलावलं होतं. विसरलोच, कल्पना असती तर...... काही म्हणाली का तुला?’’

‘‘हो, ती पैशाचं काहीतरी म्हणाली. दुपारलाच आली होती. मी तिला आग्रह केला तेव्हा जेवण करूनच गेली.’’

‘‘वा छान! म्हणजे गट्टी जमली म्हणायची.’’

‘‘नाही तशी काही नाही, पण आज सारखा तिचाच विचार येतो आहे. फार गरीब आहे काय हो ती..? बिचारीचा आधारच तुटलाय ना!’’

‘‘हं! असतं कुणाचं दुर्दैव, भाग्याच्या अगोदर नशिबापेक्षा जास्त कुणाला काही मिळत नाही. नाही तर मी असा तुझ्यासोबत नसतोच. तुझ्याशी लग्नही झालं नसतं.’’

लग्नाची आठवण काढताच मंदाचं दुःख उद्धारलं, डोळ्यात आसवे दिसू लागली.

"बरं नाही का तुला?"

"नाही, ठीक आहे. आपलं नेहमीचंच, माझ्यामुळं तुम्हाला इतका त्रास. आज दिवसभर तुमचाच विचार करीत होते."

"आता कसला आला आहे विचार? सोडुन दे... असले विचार करणं. नाहीतर मेंटल मध्ये तुझ्यासवे मलाही यावं लागेल."

मंदा हसली, सोबत साहेबही हसले. जेवण आटोपल्यावर मी बेडवर पडली. रघूने सारे काम केले होते. तोही झोपायला गेला. साहेबांना झोप आली, मला आज झोपही येईना...

"कसला विचार करतेस?"

साहेबांना बोलावे की बोलू नये असंच वाटलं. नंतर एकदाची हिंमत केली.

"आपण अमितला दत्तक घेतलं तर!"

"काय? अमितला दत्तक आणि हे तू बोलते आहेस..."

"तुम्हीच तर म्हटलं होतं. म्हणून केला विचार पण माधुरी देणार का त्याला?"

"तू म्हणतेस तर विचारावे लागेल. पण तिचा एकुलता आधार तिला सहन होणार नाही. त्यापेक्षा माधुरीलाही आपल्याकडेच ठेऊन घेतलं तर. तिची होरपळही नष्ट होईल."

"छान! मलाही तसंच वाटतं."

आठवडा लोटला असेल. इतक्यात माधुरीच्या विषयावर कुणीही बोलले नाही. तसं त्यांना गोष्टी करण्यात रस नसतोच, आपण विचारलं तरच ते सांगतील. नाहीतर सारखा विचार करून अगदी आपल्या मनासारखं करणार.

एके दिवशी हे ऑफिसला गेले असतांना, दुपारच्या वेळेस माधुरीकडे जायचं ठरवलं. ह्यांना माहीतही होऊ दिलं नाही. माधुरी कामे आटोपून नुकतीच घरी आली होती. अमित झोपडीच्या दारासमोरच खेळत होता. जातांना त्याकरिता पकोडे घेवून गेले. मी दिसताच माधुरीला आश्चर्य वाटलं. कच्चे छोटसं खरड्याच्या छप्पराचं घर, घरामध्ये बऱ्याचशा सुविधा नव्हत्या, तिने मला आत बोलावलं मी दाराशेजारीच जुनाट खुर्चीवर बसली. एका लहानशा दिडशे स्केअर फुट जागेत तिचं विश्व उभं राहिलं होतं.

"अचानक कसं काय येणं केलंत बाईसाहेब?"

"तसं काही नाही, तुझी भेट झाल्यापासून सारखी आठवण येत होती. म्हटलं जावून भेटावं."

माधुरीला अमित बद्दल विचारावे की विचारू नये, मनात संभ्रम होत राहिला. तोपावेतो माधुरीने चहा करून आणला. साध्या कपबशीत दिलेला चहा मी पहिल्यांदाच पीत होती.

थोडीशी किळसही जाणवली. चहा जरा जास्तच गोड वाटला. मन घट्ट करून अधाशासारखा दोन घुटातच पीलं. कदाचित माधुरीला ह्यांनी काही जागेसंबंधाने जी रक्कम दिली, त्याविषयी मी विचारणार तर नाही ना! असंही वाटलं असेल. माझ्याही एकाएकी लक्षात आलं. मी एकदाची पटकन बोलले.

"काय ग? झालं का तुझ्या प्लॉटचं काम."

ती संकोचली नि म्हणाली, "होय, साहेबांनी घरीच पैसे पाठविले. एवढंच नाही तर अधिकाऱ्यांना फोन करून कळविलं. दोन मिनिटातच माझं काम पूर्ण झालं."

माधुरी प्रामाणिकपणे बोलत होती. त्यामुळं तिचा जरासा अभिमानही वाटला.

"माधुरी एक गोष्ट विचारायची आहे. विचारू का?"

"कुठली?"

"नाही म्हटलं तू....." मी थोडीशी भांबावले.

"तू आणि अमित एकटीच असतेस. तुझ्याशिवाय अमितचं कुणीही नाही. अमित तुझा आधार आहे. तरीपण आम्हालाही अमितचा आधार मिळाला, सहवास लाभला, तर बरं होईल, असं मला वाटतं."

"काय म्हटलं बाईसाहेब? तुम्ही आणि माझ्या अमितला......... नाही तेवढं तरी बोलू नका. माझ्या कुंकवाचा एकमेव रक्षक आहे तो. त्याला तुमच्याकडे सोपवून मी काय करावे? आणि तुमच्या लग्नाला जेमतेम तीन वर्ष झालीत, थोडी वाट पाहिली तर तुम्हालाही मूल होणारच की."

"नाही माधुरी, ती वेळ निघून गेली. मुलाविनाच मला दिवस काढावे लागणार एवढं निश्चित. तुला ऐकायचं आहे, तर ऐक, अपघातानं जेव्हा गर्भास दुखापत झाली तेव्हापासनं साहेबांना माझ्यापासनं दोनवर्ष संबंधात्मक दूर राहावं लागलं. त्यांची होरपळ झाली. आता तर डॉक्टरांनी मला मूल होणार नाही असंही सांगितलं."

मी तिला दुःखात्मक कर्मकहाणी सांगितली.

"आता तूच ठरव........ तुला काय करायचं ते, मी अमितलाच नाही तर तुलाही मागते आहे. साहेबांची तू सहचारीनी व्हावीस तुला पुढे अंतरही पडू देणार नाही."

"नाही बाईसाहेब, असं बोलू नका. साहेबांना हे ..."

"त्यांनाही पटेल, जर तुझा होकार असेल तर."

माधुरीला मी खूप समजावलं. निराश मनानेच मी बंगल्यात परतली. माझं मन उदासच होतं. कोण जाने, माझ्यात एवढी शक्ती कुठून आली तर... मी माधुरीला बरीच विणवणी

केली होती. कुठलाही विचार न करताच...

रात्रौ ह्यांना सारं काही सांगितलं. ह्यांनी मला हळूच कवेत कवटाळून घेतलं. मी मोहरली होती. तनाचं उन्मेष फुलागत बहरत होता. हळूच केसावरून कानाकडे मान झुकविली आणि माझ्या कानात पुटपुटले..

"मंदा तुला माहीत आहे, मी दोन वर्ष कसे काढले ते....."

"अ..अ..हूं..."

"ती माधुरीच होती. मला जीवन अर्पण करणारी. माझ्या प्रत्येक दुःखात सहभागी होणारी. खरं सांगतोय मंदा, दोन वर्षात सर्व सुख तिनच मला दिलं. का ? मी असं का केलं ? हे तू विचारणारच, तर ऐक....ती माझी स्वप्नपरी होती. तिच्याशी लग्न करायला तयारही होतो. पण तिच्या वडीलांमुळे हे टळलं. तिला पळून जावून लग्न करणं मान्य नव्हतं. ती वडीलाच्या निर्णयावर गेली. त्यामुळेच तुझ्याशी गाठ पडली. पण विधात्याने तीथंही माझ्या जीवनात सहचारीनी म्हणून मदत दिली. मंदा मला तू वाईट समजू नकोस, मला तूच हवी आहेस, आज तुला खरं काय ते सांगितलं. कदाचित तू माझ्याविषयी..........."

माझं अंग शहारलं, त्यांचं पाण्याप्रमाणं स्वच्छ मन बघून मी रोमांचित झाली. मी त्यांना आणखी कवटाळलं...

"मलाही फक्त तुम्हीच हवे आहात.... आणि माधुरी, अमित...सारं काही हवं आहे."

"त्यांना अंतर देवू नकोस म्हणजे झालं..."

आम्ही दोघेही एकमेकात गर्क झालो होतो. स्वप्नाच्या जगात मी बेधुंद रंगून गेले होते. ह्यांनी मुंडावळे बांधलेत, माधुरी अमितला घेवून, दारात पहिलं पाऊल ठेवत होती. लिंबाच्या झाडावर चिमण्याच्या सनईचा चिवचिवाट सुरू होता. घर भरल्यासारखं वाटायला लागलं. रघू साहेबाकडे बघून माधुरीच्या जीवनातील अंतरंगाच्या आरशाकडे पाहात अमितच्या उज्वल भविष्याची स्वप्ने रंगवित होता. मी पहिल्यांदाच इतकी आनंदित होते. ह्यांनी मला आणखी जवळ ओढलं, मला गाढ झोप यायला लागली होती आणि हे हळूच माझ्या कानात पुटपुटले.

"रघू.... माधुरीचे मामा आहेत ग !"

७) दंडार

डंग्यालेलई जोर चढायचा. अमदाही सालाबादाप्रमाणं धुनकीत दंडारीचा फड मांडला होता. कार्तिकच्या मासात पुनवेपासून अवसेपर्यंत रात्रंदिवस खपायचा. पाच, दहा जनांना एकत्र करून दंडारीची तालीम आखण्यात तो वस्ताद झाला होता.

डंग्या त्याचं नाव कसं पडलं. त्याच्या आयला की, बालाही कळलं नसंल. पण सोताच सोताले लिडर समजून नावानं हा डंग्या झाला होता. त्याचं खरं नाव आता कुणासही आठवत नसेल एवढं नक्की!

डंग्याले लई हलकाई, दंडार तमाशात काम करणं, येथले-तेथले पुस्तक वाचून जोडजाड करून तालीम धरणं, गावातील लिडरकीचं राजकारण, लिडरांच्या मागं-मागं फिरणं, सोता खूप मोठा माणूस आहो असं भासवणं, फुकटात हरेक गोष्टीवर सल्ला देणं, हाच त्याचा छंद होता.

डंग्याच्या पिळदार अंगान अंगात रगताचा कणकण सळसळत तो सडेतोड बोलायचा. गुंडागर्दी, मारपिट, झगडे, भांडण नं तालमितील अक्राळ-विक्राळ रूप धारण करीत कणखर आवाजानं तुटून पडायचा. तसं धुनकीतील बरिचशी माणसं त्याला दचकून असायची. दोन रानहल्यांची ताकत त्याच्या रक्तात सडसड करायची. त्याच्या तोडांचा पट्टा मोठा मजबूत झाला होता.

मागच्या गरमपंचायतच्या इलेक्शनले, सरपंचीनचं लुगडं खिचलं होतं. सभेत तिले नाही तसं नंग बोलून हमरीतुमरीवर आला होता. पण चार-पाच लोकांनी मध्यस्थी केलं म्हणून बरं झालं.

तसा त्याचा राजकीय वजनही बराच होता. पण ईरोधी पक्षाच्या माणसाले कोठली किंमत. आणं इरोधाले इरोध करल तं याले कोण निवडून देणार होतं. पडला बेटा! दहा मतही घेणं जमलं नोव्हतं. तवापासून गाववाले याचा डूक धरून होते. पण नंग्याले कान

देव भेवते म्हणतेत ते खोटं नाही. 'जसी करणी करल तसं भरल.' एखादे दिवशी असं म्हणून गपचिप राहायचे.

डंग्या तसा हुशार, गावात मॅट्रिक झालेला. शिवाजीच्या इतिहासापासून गोंडाबाईच्या सात नवऱ्यापर्यंतचा इतिहास त्याले तोंडपाठ होता. तसा तो आठवा नवरा म्हणून रात्रंदिवस गोंडाबाईच्या घरी पडलाच असायचा. एखाद्या मास्तरानं उदाहरण दाखले द्यावं तसा सपासप बोलाण्यात तो वस्ताद होता.

तुणतुणं करकर आवाजात शिलगत होतं. ढोलकीवर ठकाक... ठक.. थाप पडली. वाद्यं वाजवणारं आपआपलं वाद्यं, खाती लोखंडाले पाणी देवून कुऱ्हाडी पाजवतो तसं पावडर लावून आवाजाचं गणित शोधू पाहात होतं. स्वरांच्या मंद लकेरी चालू-बंद होत होत्या.

गावातल्या बाया बापडयांन सकार वकार जेवण आटपली. हात धुतलं, लहान पोरं बारं पोते घेवून मंडपाच्या समोर हातरू लागली. समोरची जागा बऱ्याचशा लोकांनी आगटून ठेवली होती. घरात आलेल्या नात्यागोत्यातील पाव्हण्यानांही बसवलं होतं. आपसात कुजबूज सुरू होती. खच्चुन गर्दी झाली. पाटलाकडं दोन चार गावचे पाव्हणे हजर झाले होते.

डोक्यावर फेटा, निऱ्याचा करकरीत धोतर, नवरीसारखी तुमकणारी चाल नं मिशाचा भरदार रूबाब पाहतांना ऐटदार दिसायची. बाया माणसं ह्या पाव्हण्याकडं टुकूर-मुकूर पाहात होती. तसं दरसाल असं नवख्या पाव्हण्याच्या हातानं दंडारीचं उद्घाटन ठेवलं जायचं.

पोरं बारं एकमेकास रेटून बसली. बाया तं 'आगे सरकनये' म्हणत हासत खिदळत ठासून बसत होती. तरण्याताठ्या पोरी भिरभिर इकडं-तिकडं पाहात होती. दोनचार तरणे पोरही त्याकडं पाहात डोरे मिचकावत होती. ढोलकीवर थाप पडली. टंग टंगा टंग, धिक धांग धिना धिन...

पडदा वर जाईल, पाव्हणं उद्घाटन करतील असं साऱ्यांनाच वाटत होतं. मंडपात दोन गॅसबत्त्या पेटत होत्या. बत्त्याच्या पांढऱ्या फक्कड उजेडात तालकरी ताल धरत होते...

दंडारीचं नावही तसंच होतं. 'एक नार तीन बेजार' नवखा प्रयोग डंग्या पहिल्यांदाच साजरा करीत होता. नायतं दरसाल सर्जाराजा, राजाहरिश्चंद्र, रामायण, महाभारत, सती अनुसूया अशाच दंडारी केल्या जायच्या. पण यावरीस तसं नव्हतं. खुसखुशीत हास्य, गायन, करमणूक पोराबारालें सप्पा लोकायलें आवडेल बस मजेशिर विषय मांडले होते. ''यंदाची दंडार लई झ्याक बसवली.'' असं वारंवार डंग्या सांगत सुटला होता. एका

दमात सारी रात हे पार पडणार होतं.

तसा बराच येळ झाला होता. लोक बोंबलायला लागली होती.

'सुरू करा.... दंडार सुरू करा' म्हणून चार, दोन पोरं शिट्टी मारून ओरडली.

'दंडारीले काऊन का येर करून रायले बाप्पा...'

'कातं, मगापासून वाट पायतोन पण सुरूच करत नाय. थंडीचे दिस नाय का वं बाई!'

आपसात बाया कुजबूजत होत्या.

मंडपाच्या आतमंदी गालावर पावडरचा थर चोपडवणं अखेरच्या टप्प्यात आलं होतं. पाटलानं उद्घाटनाचा पडदा वर कराले लावलं...

'शांत रहा, शांत रहा आता 'एक नार तिन बेजार' च्या प्रयोगाला सुरूवात होणार आहे. त्याअगुदर शेजारच्या गावचं रामराव पाटील पाव्हणं यांच्या हातानं रिबीन कापून उद्घाटन सुरू होणार.'

सारे लोक शुक-शुक करीत शांत झाले. रामराव पाटलानं मिशीवर हात फिरवलं. पिळ भरलं. धोतराचा शेला खांद्यावर करीत माल्याचा वस्तरा हातात पकडलं. न कचकच रिबीन कापलं.

सप्पा बाया माणसानं एकमेकाकडे पाहत टाळ्या पिटल्या. झिंग्या माल्यानं आपला वस्तरा वापस घेत खिशात दाबलं. सप्पा पाव्हणं हासत-हासत बाजूला बसली.

देवबा, ग्यानबा, जना, सुरकर, पुरूषापाटील एकमेकांच्या कानात कुजबूज केली. आता वाट पाहणं संपलं होतं. रामराव पाटील उभं झालं नं तोंडाचा पट्टा सुरू केला.

'तर मंडळींनो आता उद्घाटन संपलं, लगेच दंडारीले सुरवात करूया, सप्पां शांततेत दंडार पाहा, खरंच दंडार लई झ्याक बसलीया हं! तर करा सुरूवात.'

'राधा रमन हरी... गोविंद जयजय,

गोपाल जय जय,

राधा रमन हरी....'

दंडारीचं पहिलं नमन सुरू झालं. सारे पात्र मंडपात हात जोडून कर्कश आवाजात ओरडून गावू लागली.

डंग्यांं बाईचा वेश धारण केलं होतं. गोंडाबाईचा क्रिसना छक्याच्या भुमिकेत उठावदार दिसत होता. मागच्या सालापेक्षा ह्या वरीस दंडार आधुनिक रूपात दिसत होती. डंग्यांं घातलेली साडी खरंच सुंदर होती. त्याच्या मायेच्या लगनात मिळालेली साडी जपून ठेवून वापरलं होतं. कपारावर भलं मोठं मरवट, पायाले घुंगरू आवळून बांधले होते.

दंडारीच्या नमनात छन-छन आवाज येत होता. 'वा लई बेस हाय...' आजुबाजुला आवाज येत होतं. नमन संपलं. सप्पा पात्र आत गेली, क्रिसना मंडपात ठुमकत राहिला.

डंगऱ्या बाईच्या वेशात आतमध्ये आला. क्रिसना नजरेनं बिगी-बिगी पाहात खुणा करू लागला. शिट्टी शिलगावली. लोक हसू लागली. आता दोघबी एकमेकांना चिपकणार असच वाटू लागलं.

"राधे माह्या तुयावर पिरम बसलं ग!"

तोंडात पदराचं बोट घालत क्रिसना डंगऱ्याले बोलत होता.

"हं! माह्या वर तुझं पिरम, आरे मी पागल हाय का तुह्या सारख्या हिजड्यावर पिरम करायला? म्हणं पिरम हाय, नाही राजा, माह्या सपनातला राजकुमार चांगला पाटलासारखा पैसेवालं, मग मी त्याची अप्सरा, दोघेबी रानात जावू न मळ्यात पाणी खेळत...."

"राधे माहयं पिरमभंग करू नकोस ग. माझ्या काळजाचं पाणी होईल बघ. अग आत्ताच माझं हृदय दुखायला लागलं. बघ ना! नाही करस पिरम पण टोचून तरी बोलू नगस. राधे, खरंच तू अप्सरा आहेस, फक्त एकदाच तुह्या घुंगरातून लावणीचं आवाज येवू दे ग!"

क्रिसना राधेच्या लावणीला भुलणार होता.

"आता म्हणतेस तर गाणार, माह्या लावणीचं आवाजाचं वरदहस्त गावागावात पोहचवून सप्पालं बेजार करायचं हेतू आहेच ना! तर ऐक रे..."

राधेनं घुंगराचं ताल धरलं. पेटी, तबल्याचा नाद सुरू झाला. डोक्यावर पदर घेत एका पायानं ठुमकत राधा लावणीत रंगली...

'मी नार लई नखऱ्याची,

    'झालं बेजार हे पाव्हणं

    पाव्हणं तुम्ही माह्यं दिलावर

    पाखरू उडून कसं बसलं ?'

पेटीचा आवाज कणकण वाढत होता. राधा ठुमकत दिलफेक लावणी गात लोकांना चटका लावीत होती. क्रिसना राधेसंग पदर धरून नाचत होतं. सारी मंडळी लावणीत गुंग झाली.

आनं एकच गलका सुरू झाला...

"पळा, पळा.... धावा, धावा... आग लागली. धावा धावा.... पेटलं... सारं पेटलं..."

सप्पा बायां-माणसं उभी झाली होती. एकमेकांना वलांडत जिकडं-तिकडं पळू

लागली. पोरंबारं घाबरून उठले. सप्पा सैरावैरा पळू लागले.

मंडपातल्या गॅसबत्तीचे स्पोट झालं होतं. हवा जास्त भरल्यानं तेल कारंज्यासारखं उडालं. डंग्याच्या अंगावरचे कपडे पेटले. वाचवा-वाचवा म्हणून डंग्या ओरडू लागला. मंडपाचे पडदेही फाटले. क्रिसना त्याला हातानं विझवू लागला होता. मंडपात सगळीकडं अंधार होतं. डंग्याचं पेटतं रूप फक्त उजेड देत होतं.

अंधारात कोण कुठं पळत होतं तेही कळत नव्हतं. गर्दीचा फायदा घेवून तरणी पोरं पोरीत घुसली. एकमेकांस रेटून धक्का बुक्की करू लागली.

डंग्या बराच भाजला होता. क्रिसनाही भाजला. अंगावरची कातडी सोलली होती. त्याचं माय-बाप त्याच्या जळलेल्या देहाकडं पाहात रडत बसले. डंग्याचं अंग लाई-लाई होत होतं. दोघबी तडफडू लागली...

सारे मंडप एका दमात पेटले होते. आगीच्या ज्वाला आभाळाकडं पेंगत होत्या. तबला, पेटी घेवून पेटकर कुठं पळालं तेही कळलं नाही. बरेचसे लोकं पळून गेले होते. कसंबसं दोघानांही बाहेर काढलं होतं.

डंग्याचं तोडं माकडागत लाल-लाल करपलं होतं. वेदनेनं क्रिसना विवळत होता.

द्रौपदीला आसरा देणारा क्रिसना, राधेच्या प्रेमात रंगून जाणारा क्रिसना स्वतःच्या मदतीसाठी धावा करत होता. राधा रूपी नारेनं खरंच लोकांना बेजार केलं होतं. वेळेवर विझवायला पाणी मिळालच नाही. कुणीतरी अंगावर समोरची वाळू मातीही टाकली होती.

"आरं, बैलगाडी आना, दवाखान्यात घ्या ह्या पोरांना."

दोघांनाही आठ, दहा माणसांनी धरलं. बैलगाडीत टाकलेल्या तणसीवर त्यांना निजवलं. दोघही अंगाची होणारी आग बघून रडत व्हिवळत होती. माय-बाप, पाटील, गावचे चार, पाच गडी बैलगाडीच्या मागं-मागं तालुक्याला निघाली. अमावसेच्या राती बैलगाडी अंधारातून वेशीच्या पांदन रस्त्यानं हाकत पुढं-पुढं जात होती. हमसून रडणं ऐकू येत होतं. गावातली बाया-माणसं विचार करीत अंधाऱ्या वाटेकडं पाहातच राहिली. दोघबी वाचणार की मरणार कुणीबी सांगू शकत नव्हते.

मंडपासमोर पाखरागत किलबिल करणारा माणसांचा गलका कुजबूज करीत होता. "करणी तसी भरणी .....पाय लागले वरणी... लई पाप केलं होतं नं भोग म्हणावं डंग्याले..."

गर्दीत सरपंचीन हळूच बोलली झनि, घराच्या वाटेकडं जावू लागली. अंधार वाढतच

राहिला. रातकिडे कीर्रं, आवाजात रडत होते....

८) ताई तेलीणचा (वा) सोटा

सातान्याच्याडोंगररांगा उंचउंच आभाळाला भिडल्यागत वाटत होत्या. किर्र टाट वनराई, हिंस्र श्वापदांचीही भीती या रानात असायची. साताराच्या पलीकडील कोकणभागात खेड व चिपळूणसारखा खेडेविभागही यामुळेच दिमाखदार दिसायचा. याच मधल्या पट्ट्यात सातारा व रत्नागिरीच्या मधोमध एक गड तेवढाच दिमाखदारपणे उभा होता. होय, 'वसंतगड' यालाच 'वासोटा किल्लाही' नामाभिधान झालं होतं.

वसंतगड आकर्षक तेवढाच मजबूत गड होता. या गडावर सर्व यवनांची नजर असायची. त्याला कारण इथला निसर्ग सौंदर्याने नटलेला सुपीक प्रदेश, आनंदमय वातावरण तसेच राज्यकारभार करण्यासाठी असलेली सोयीची उपलब्धी व अनेक प्रकारचे गडकोट असंच काहीसं होतं. डोंगररांगाच्या अगदी उंच अशा भूभागावर या गडाची निर्मिती झाली होती. उंचउंच अशा कडा, माची आणि गडकोटाला मजबूत अशा भींती होत्या. गड फारसा मोठा नसला तरी तेवढा लहानही नव्हता. मध्यम स्वरूपाचा असा गड त्यात अनेक राजखोल्या, भरपूर अशी शिबंदी, रसद होती. जवळूनच या परिसरात चौफेर भीमा, वारणा, कृष्णा, कोयना सारख्या नद्या सर्वत्र पसरलेल्या असल्याने या प्रदेशाला भौगोलिक असे नदीपात्राचे संरक्षणही लाभले होते. सर्वत्र परिसरात खिंडी व घाटाचा भरणा होता. माथ्यावरची विस्तीर्ण पठारे व कड्या कपाऱ्यांनी या वसंतगडाला अगदी महत्त्व प्राप्त झाले होते.

'अरे, नामर्द सैनिकांनो, हा वासोटा गड मला आत्ताच्या आत्ता ताब्यात हवा आहे... कोण आहे...? कुणाची हिंमत आहे? सांगा.. सांगा..., अरे! शिवरायाचं राज्य असतं तर एवढ्याशा कामासाठी हजारो मावळ्यांनी रक्त सांडवत असे कितीतरी गड काबीज करण्याकरिता अगदी क्षणात होकार दिला असता आणि आता एवढ्या प्रचंड मेहनतीने

घडविलेल्या पेशवाईत कुणिही नाही गड काबीज करायला... नामर्द बेटे!' दुसरा बाजीराव पेशवा यांनी दरबारात अगदी त्वेषाने गर्जना केली होती. तो प्रचंड रागिष्ट होत चिडला होता....

दरबारातील सगळे सैन्य खाली मान घालून उभे होते. एकही सेनापती ह्या बाजीरावाच्या नजरेला नजर भिडवीत नव्हता.

'अरे...! नाही कुणाची हिंमत तर... बांगड्या भरा हातात... आता आम्हीच लढणार... अगदी चार दिवसात नाही त्या पंतप्रतिनिधी परशुरामाला दावणीला बांधलं तर.... म्हणे, स्वतःला स्वयंघोषीत राजा ठरवितो?'

बाजीराव पेशवाने कंबरेच्या म्यानातील तलवार त्वेषाने बाहेर ओढली होती. तलवारीचे चकाकते तेजपाते बघून आता या दरबारात रागाच्या भरात कुण्यातरी सेनापतीचं मुंडकेच छाटलं जातं की काय हीच भीती होती. सर्वत्र भीती व सर्वांच्या चेहऱ्यावर घाम शहारला होता. तेवढ्यातच सेनापती बापू गोखले थोड्याशा भयांकित चेहऱ्याने दबकत दबकतच म्हणाला,

'महाराज, मी लढा देणार... नाही पंतप्रतिनिधीला तुमच्या दावणीला बांधलं तर नावाचा बापू नाय म्हणविणार...'

त्याने त्वेषाने बाजीरावाच्या समोर जात त्यांच्या नजरेला नजर भिडवीत घोषणा केली. बाजीराव पेशवा थोडा स्मित करीत हरकून गेला. त्याने टाळी देताच एका दासाने तबक आणलं होतं. तबकातील विडा बापूने उचलला होता. लगेच दुसऱ्या दासाने दुसरे तबक आणले त्या तबकातील सेनापती वस्त्र, तलवार, ढाल त्यांना दरबारात भेट देण्यात आले. दासीने कपाळाला लाल कुंकूमतिलक लावला. बाजीरावाने प्रतिनिधींची जागीर समाप्त करून ती बापू गोखलेला दिली आणि सर्वत्र एकच जयघोष झाला....

'बाजीराव पेशव्यांचा विजय असो...! बापू गोखल्यांचा विजय असो....!'

बाजीरावा पेशव्यांच्या मनाला अगदी उधाण आलं, आनंद झाला. त्यांची छाती आता चार इंच फुलून आली होती. तेवढीच बापू गोखल्यांची छाती या सेनापती वस्त्रात चार इंचीने कमी झाली होती. भीतीने अलगद शहारत उसना आव आणून मर्दानकी दाखवणारा त्याचा चेहरा फुलला होता एवढंच....

दरबारात आता आनंद ओसंडून वाहात होता. पेशव्याला वासोटा गडाच्या औंध प्रांताविषयी जी समस्या व प्रश्न पडले होते ते क्षणभर का असेना बापूच्या हिंमतीने मीटले होते. दरबार संपला होता. बापू गोखले आता बदला घेण्यासाठी तयारीला निघाला...

त्याची नजर समोरच्या त्यांच्या पांढऱ्या शुभ्र अश्वावर पडली. मात्र अश्व त्यांच्याकडे बघून मान हलवीत होता.... नकारच तो... बापू गोखल्यांच्या ते अनपेक्षितपणेही लक्षात आलं नव्हतं, मात्र आता एकदा का मुसळात डोकं टाकलं तर ते कुटो की दळो... काळच ठरविणार होतं....

वासोटा किल्ला औंधच्या प्रांतातील राजधानीचं स्थळ. पूर्वी शिवाजी महाराजांनी जावळीच्या चंद्रराव मोरेवर हल्ला करून जे किल्ले मिळविले होते त्यातील वासोटा हा प्रमुख किल्ला होय. यालाच व्याघ्रदुर्ग तथा पर्णदुर्ग असेही संबोधले जायचे. कारण इथला घनदाअ जंगल, वाघासारख्या हिंस्र प्राण्याची वस्ती आणि घनदाट जंगलाने वेढलेला प्रदेश यामुळेच पर्णदुर्ग असेही म्हटले जायचे. काही का असेना वासोटागड मात्र अप्रतिम असाच होता. पंतप्रतिनिधीचं राज्य व अंमल या गडावर होतं.

पंतप्रतिनिधी हे तेली समाजाचे होते. बहुजनांच्या हातात सत्ता येणं नव्हे तर एका तेल्याच्या हातात कारभार येणं हे इथल्या पेशवाईला मानविणारे नव्हते. एवढंच नव्हे तर पेशवाईचा कुठलाही हुकूम व अंमल मान्य न करता स्वतःच्या मनाने राज्यकारभार करीत बाजीराव पेशव्यांशी स्पष्टपणे रोखठोक संबंध संपृष्टात आणण्याची हिंमत एका तेली राजाने केली होती. एवढंच नव्हे तर स्वतःला साताऱ्याचा औंधचा राजा घोषित करून स्वतःचा राज्याभिषेक कुठल्याही धर्मपंडितांना न बोलविता उरकला होता. पुनश्च मौर्य कालखंडातील तेली राजसत्तेचा उदय या प्रकारे झाला होता व या वासोटागडाला पेशवाईच्या ताब्यातून आपल्या स्वराज्यात सामील करून घेत पेशवाईलाच नाकारले होते.

बाजीरावांना या कृतीचा प्रचंड राग आला होता. आपल्या संस्थानचा कारभारी म्हणून जगणारा हा पंत स्वतःला स्वतंत्र राजा घोषित करतो उलट आपल्या राज्यातील वसंतगड स्वतःच्या राज्यात विलीन करतो. केवढे हे बंड...! याला धडा शिकवायलाच हवा. या हेतूनेच दरबारातील ते वक्तव्य नजरेच्या आगीतून बाजीराव ओकले होते.

पंतप्रतिनिधींची पत्नी रमाबाई म्हणजेच ताई तेलीण मात्र आपल्या पतीच्या स्वतंत्र बाणेदार वृत्तीमुळे अगदी आनंदात हरवून गेली होती. चक्क तिने स्वतः पतीला कुंकूमतिलक लावीत पंतप्रतिनिधीच्या कपाळाचं चुंबन घेतलं होतं आणि तेली समाजातील संताजी महाराजांच्या शुरत्व, संतकार्याची, विचारांची आठवण तिने पंताना करून दिली होती.

होय, शिवरायांच्या काळातील संताजी जगनाडे महाराज, एक संत पुरूष, जगदगुरू म्हणून असलेला त्यांचा आदर्श सर्वांनाच ठावूक होता. काही वर्षपूर्वी तर संताजीने

मनुवादालाच मूठमाती दिली होती. इथले शास्त्र, धर्म आणि त्यातील बुजगावण्या विचाराला लाथाडत कीर्तनाच्या माध्यमातून लोकजागर केला. शिवरायांच्या सत्तेला बळकटी देण्यास्तव त्यांचे राज्य उभारण्यास्तव राज्यक्रांतीसह वैचारिक क्रांती उभी करीत, इथे खरे तर बळीराज्य व्यवस्था निर्माण केल्या गेली होती परंतु काळ पुढे सरकला आणि शिवरायाचं राज्य, व त्या संतप्रवृत्तीचे विचार, कार्य इथल्या पेशवाईने हळूहळू नेस्तनाबूत करीत स्वतःचे राज्य निर्माण करीत राजे झाले. खरे तर हीच गोष्ट पंतप्रतिनिधीला व ताई साहेबांना खटकायची. ताई एक झुंजार स्त्री. आई जिजाऊंचे नेतृत्व मान्य करीत अगदी तिच्यासारखीच वागणारी, जगणारी ती स्त्री होती. तिच्या मनात या रयतेविषयी कळवळा होता. व त्यातूनच तिने स्वतःचे राज्य असावे एवढंच नव्हे तर हे राज्य लोकांचे व्हावे. सर्वांना मान, सन्मान मिळावा हेच तिचे स्वप्न होते.

औंधचा राजा या सातारा, रत्नागिरी, कोकण परिसरातील कडे कपारीत छोट्याशया सिमेपुरतंच मर्यादीत होतं. मात्र छोटसं राज्य असलं तरी ते सातारच्या परिसरातील गणमान्य राज्य होतं. निसर्गाने वेढलेल्या मजबूत गडाचं, प्रदेशाचं राज्य होतं. त्यामुळेच इतर प्रांत प्रदेशापेक्षाही या गडाला व प्रांताला फार मोठी किंमत होती.

पंतप्रतिनिधीने हातात सूत्रे घेत रयतेच्या कल्याणाचं हीत जोपासलं. पेशवाईत होणारा व झालेला अन्याय त्यांना रूचत नव्हता. क्षुद्रत्व माननं त्यांना मान्य नव्हतं. म्हणूनच त्यांनी रूढ झालेल्या अंधश्रद्धा, रीतिपरंपरा, दास्यत्वाला आळा देत नवे जीवनमूल्ये, सूत्रे, संतउक्तीच्या विचारसूत्रानुरूप सुरू केले. कर्मकांडांना बगल दिली. शिवरायांच्या आदर्श राज्यनीतितत्त्वाचे व त्यांच्या राजकीय ध्येय धोरणांचे मूल्यमापन समजून घेत स्वतःही अगदी पारदर्शक स्वच्छ प्रतिमेचे राज्य निर्माण करण्याचे प्रयत्न सुरू केले. रयतेतील गरिबांना अगदी चांगले जीवन व्यतीत होण्यास्तव सुखसुविधा व मदत, सहकार्य करणे सुरू केले. रयतेतील जाचक करप्रणालीला त्यांनी नेस्तनाबूत केले. स्त्रियांना मातेसमान आदर देत त्यांच्या संरक्षणाचीही दखल घेतली. अन्यायाचा प्रतिकार केला, अन्यायखोर व्यक्तीमध्ये यामुळेच एक दहशत व भीती पसरली होती. तेवढेच कर्मकांडाच्या भरोशावर अवलंबून असलेले शेंडीधारी यांच्यातही आपली स्वार्थी पोटभरू ऐतखाऊ जीवनपद्धती बाद होणार म्हणून धरणीकंपागत थरथराट माजला आणि इथूनच युद्ध सुरू झालं ते पेशवाई राज्य विरूद्ध औंध संस्थानाचं...

राजपत्नी ताई तेलीण मात्र आपल्या राजाच्या कार्यकर्तृत्व व आचारपद्धतीलाच आनंदाने स्वीकारत स्वतःही राज्यव्यवस्थेच्या कारभारात दैनंदिन लक्ष घालू लागली होती.

एक राजपत्नी म्हणून तिने तलवार, घोडेसवारी, दांडपट्टा असे शिक्षण पूर्ण करून घेतले होते नव्हे तर बालपणापासूनच ते सवयीने रक्तात भिनल्या गेले होते. आता मात्र ते कृतीत येणार होते एवढेच...

मराठी रयतेला सुखसमाधानाचे राज्य यातून मिळणार होते. मात्र सगळीकडे सुरू असलेल्या इंग्रजी सत्तेचाही त्रास व त्याविरूद्धही लढणं आता जिकरीचं जाणार होतं. जवळच्याच सागरावर पोर्तुगीज, डच, फ्रेंच अशा विदेशी व्यापार सत्तेनीही आपला जम बसविला होता. तर इंग्रजांची राजवट आता इंग्रजांच्या ध्येयधोरणाला कवटाळत या रयतेतील प्रत्येक गावागावात वृक्षवेली सारखी पसरत स्थापन होत होती. बाजीरावने वसईची संधी करून इंग्रजांचा आश्रय घेतला होता.

ताईला अत्यंत निकराचा प्रश्न पडला. रयतेला न्याय देण्यास्तव आता चहूबाजूने होणारी कोंडी, यवनांचे वाढते प्रस्थ कुंठित करणे, थांबविणे अत्यावश्यक होते.

'अहो, ही रयत आता तुमच्या कार्यकुशलतेने आनंदी असली तरी या पेशवाईचे कारनामे आपल्याला महागात पडतील असेच वाटते आहे. तुम्ही सावध असावं असंच मला वाटतं.'

'होय, सावधच आहे मी. नव्हे तर बारकाईने लक्षही ठेवून आहे...'

ताईच्या डोळ्यात मात्र त्यांच्या उत्तराने समाधान झाले नाही, आज तिचं मन कसं कापरं भरत होतं.

उद्या दक्षिणेच्या गडावरील मोहिमेला प्रारंभ करणार आहोत आम्ही....'

पुन्हा त्यांच्या या विरवृत्तीतील शब्दाने तिचं मन कावरंबावरं झालं होतं. नको तरी कसं म्हणावं. एक वीर राजाची पत्नी म्हणून रयतेसाठी मोहीम फत्ते करणं आवश्यक होतं. तेवढाच राज्याचा विस्तार करणेही निकडीचे होते. ताई आणि पंत दोघेही शयनमहालात अनेक प्रसंगावर चर्चा करीत होते. आता बाजीराव हाच निकटचा शत्रू असून त्याचेही पुढे पानिपत करावे लागणार असा निश्चयही त्या दोन जीवांनी केला होता.

ताईने पंताना अगदी प्रांतःसमयी निघालेल्या मोहिमेवर जातांना औक्षवंत करीत पूजले होते. पदराने त्यांचे चरणावर पाणी टाकतांना नकळत तिचे अश्रू त्यांच्या पायावर ओघळले होते. पंताने तिचं मनातल्या मनातील गलबळणं ओळखलं. तिला जवळ करीत खांद्याला आधार देत म्हटलं, 'अगं रडतेस काय? माझ्यासारखा एक पंत हरपला तरी तू ताई तेलीण सिंहिण बनून या बाजीराव पेशवाईवरंच काय तर या समस्त शत्रूवर तुटून पडशिल. एवढा विश्वास मला वाटतो आहे. अग तुझ्या हातातील तलवार बघून या दिल्ली

तख्तांच्या मोगलाईलाही घाम फुटेल. एवढंच काय तर शंभू राजाच्या शूरत्वासारखं तुझं शूरत्वही तेवढच मर्दानकीचं भासेल... वेडी कुठली?' पंताच्या अलगद बोलण्यांन तिला हिंमत आली नि ती लाजत हसली होती. तेवढ्यातच दरबारात जयजयकार दुमदुमला.

'औंध संस्थाधीश राजे, पंतप्रतिनिधीचा विजय असो....!'

दीडशे घोडेस्वार घेवून पंत घोड्यावर मांड घालून, या उत्तुंग गिरी शिखरातून, खिंडी घाटातून, कड्या कपाऱ्यातून दक्षिणेकडील गडकोटांवर आक्रमणाला निघाले होते....

वसंतगडाला ताईने कडेकोट पहारा लावला होता. मोहिमेच्या वेळी अशी दक्षता घेणे अगत्याचेही होते. गडावरील सर्व सूत्रे व राज्यकारभार स्वतःच्या हातात घेतला होता. आठ दिवसें उलटली होती. पंतराजाच्या यशस्वी होणाऱ्या मोहिमेच्या आनंदमयी बातम्या गुप्तहेरामार्फत गडावर पोहचत होत्या. आणि इकडे बाजीराव पेशव्यांची लाहीलाही होत त्यांचीही गुप्त खलबते वाढली होती...

ताईसाहेबांच्या मनातील हेतू फलित होत होते. ती शिवरायांनी शून्यातून निर्माण केलेल्या राज्यपद्धतीला निरखीत मनसूबे आखीत, औंध प्रांताला मोठं स्वरूप आणायचं हेच विचारा मनात भरवीत होती....

आज अचानक गुप्तहेर घाबरतच आत आला. त्याला बोलणेही कठीण झाले होते. अंगावर घामाच्या धारा बघून राणीसाहेबांच्या काळजाचा ठोका चुकला होता, तिचं मन सुन्न व शांत झालं. थोडावेळ तिच्या डोळ्यासमोर जणू अंधार होत आहे असेच वाटले होते. गुप्तहेर सारी शक्ती एकवटून बोलला, 'राणीसाहेब, घात झालाय, घात. महाराजांना पेशव्यांच्या बापू गोखल्याने अगदी कपटाने रात्री बेसावध सैन्यावर हल्ला चढवून अंधाराचा फायदा घेत बंदी केले हो!' क्षणभर ताईच्या डोळ्यासमोर अंधार पसरला होता. तेवढ्यातच दासीने तीला पडता-पडताच सावरले होते.

वसंतगडावर हाहाकार माजला होता. आता कसे होणार या विवंचनेत औंध संस्थानच्या रयतेने हाय खाल्ली होती. राणीसाहेबही एक दिवस लोटूनही शांत विचार करीत निपचीत पडली होती.

पंतप्रतिनिधीला अगदी शेजारच्या पुण्याकडे न नेता म्हैसूरच्या तुरूंगात डांबल्या गेलं होतं आणि बाजीराव पेशव्यांच्या मुखावर हास्य तरंगू लागले. जवळच पुण्यात पंतप्रतिनिधीला ठेवलं असतं तर त्यांना सोडविणे सहज सोपे झाले असते एवढंच नव्हे तर तुंबड युद्धही पुकारल्या गेले असते हे बाजीरावांना ठावूक होतं.

दरबार सुरू झाला... सेनापती बापूची छाती आता रूंदीने वाढत चिलखतागत पोक्त

होत फुलून आली होती. पूर्वी थरथर कापणारे हात आता या बेसावध क्षणाला विजयी उत्सवात बदलविल्याने बुलंद झाले होते. त्याच्या गळ्यात मोत्यांचा हार परिधान करीत पेशवा बाजीराव म्हणाले,

'शाब्बास! बापू... नाव काढलेस रे या पेशवाईचं. खरा मर्दगडी भासतो आहेस या पेशवाईचा. आता कुणीही पेशवाईशी असा उघड विरोध पत्करील तर त्यांनाही तोफेच्या तोंडी देवू अशी दवंडी समग्र प्रांतात फिरवा आणि तो वासोटा किल्ला तेवढा ताब्यात घेवून या म्हणजे झालं...पेशवाईशी बेईमान वागणाऱ्यांना धडा शिकवा म्हणजे झालं. आमच्याशी फितूर होतो काय? या शुद्र व्यवस्थेने या रयतेचं राजं व्हावं ही कुठली रीत. अरे हे शास्त्राला तरी कुठे मान्य आहे. म्हणे, आम्ही औंधचे स्वतंत्र राजे आहोत. आम्हांला तुमची जहांगीरी मान्य नाही... हॉ... हॉ... हॉ ...' पेशवा दरबारात हसू लागला होता. पुनश्च बापूला धीर मिळाला आणि वासोटा किल्ल्यावर आक्रमण करण्याचा आदेश ऊरी घेत, मनाशी चंग बांधत हर्षाने उधाणला होता.

आज अचानक ताईसाहेबांनी राजवस्त्र परिधान करून हातात तलवार घेतली होती. दरबारात सेनापती व सैन्य आश्चर्याने बघू लागले होते. 'आजपासून आम्ही सांभाळणार हे संस्थान. आम्ही राणी आहोत या रयतेच्या..., वासोटागडाच्या. घाबरू नका, पंताना तर सोडवूच पण या बापूला व पेशवाईलाही जेरीस आणू. नाही एकाएका शत्रूला परांगदा केलं तर...'

'ताईसाहेबांचा विजय असो...! वसंतगडाचा विजय असो...! पंतराजांचा विजय असो...!'

ताईने हातात परिपूर्ण सत्तेची सूत्रे स्वीकारली होती. पंताना म्हैसूरच्या तुरूंगातून मुक्त करण्याचे बेत आखले होते. एवढच नव्हे तर पेशवाईच्या काबीज राज्यावर आक्रमण करून ताईसाहेबांनी स्वतः निकरीची झुंज देत चार गावे आपल्या प्रांताला जोडली होती. यात बरिचशी लुटही प्राप्त झाली होती. तिचे कार्यकर्तृत्व बघून बाजीराव पिसाळला होता.

जेष्ठाचा मास संपत आला होता. वासोटागडावर शिबंदी, रसद पूर्णपणे भरल्या गेली होती. आषाढात पाऊस येणार नि गोदावरी, भिमा, वारणा, सारख्या नद्यांना पूर येईल तेव्हा या सर्व परिसरातही संपर्क तुटेल या हेतूने गडावरील परिपूर्ण तयारी व सुसज्जता उभारली गेली. रयतही आपल्या राहुट्या गवतकाडीने शेकारून सजवू लागले होते. पाऊस संपताच आपण म्हैसूरवर चाल करून जावू असाही बेत आखला होता.

अमावस्येचा अंधार सुरू झाला आणि एकाएकी सेनापती बापू गोखल्याने या कडक पहारा असलेल्या वासोटागडाला पेशवाईच्या शेकडो सैन्यानिशी वेढा दिला होता. गडाला

चौ फेर घेरल्या गेले होते. तसे पाहता गड काबीज करणे साधी बात नव्हतीच. घनदाट जंगल पार करून अडीच महिने सतत वृक्ष कापून मार्ग तयार करणे म्हणजेच खूप कठीण गोष्ट केल्या गेली होती. पण... ताईला आता या गडावरून निकराने झुंज देणे क्रमप्राप्तच ठरले होते. कुठलाही पर्याय उरला नव्हता. गडावरून ताईसाहेबांनी तोफांचा मारा करण्याचे आदेश दिले. शत्रूची दहा-एक सैन्यांची तुकडी या लाटेत बेचिराख झाली. बापू सावध झाला. त्याने सैन्य काही अंतरावर मागे घेतले पण वेढा सुरूच ठेवला. बापूने जवळपासचे गाव लुटले. रयतेचे अतोनात हाल केले. पण ताई शरण येत नाही हे त्याला खटकू लागले होते. ताईला गडावरून शत्रूशी चार हात करणे आता जीकरीचे झाले होते.

पाऊस सुरू झाला होता. या पावसाने तरी बापू वेढा मागे घेईल असे ताईला वाटले. पण बापूच तो... काहीएक फरक पडला नव्हता... ताईसाहेबांनी आता ठरविलं गडाचे दरवाजे उघडून या वेढ्यांवर सरळ आक्रमण करावं... दरबारात सल्ला-मसलत सुरू झाली. बेत आखल्या जात होते....

मात्र काही शत्रूसैन्यांने दोरखंडाद्वारा गडावर चढून आक्रमण केले. गडावरील सावध सैन्याच्या ही गोष्ट लक्षात येताच त्यांनी तोफेचा मारा केला. मागील गडाखालील सैन्य पळून गेले, काही मरणोन्मुख झाले. तलवारीचा आवाज गुंजला होता. ताईनेही हातात तलवार घेत एकऐकाला कापले होते. मात्र यातच गडावरील धान्य कोठाराला त्यातीलच शत्रूसैन्यापैकी एकाने आग लावली होती. प्रहर दीडप्रहरात शत्रूचे सैन्य मारल्या गेले होते. आग आटोक्यात आणल्या गेली होती पण शिबंदी तेवढी गेली. गडावरील रसद बरिचसी आगीत नष्ट झाल्याने अन्नाचा तुटवडा पुढे भासणार होता. आणखी काही महिने हा वेढा राहिला तर हार पत्करण्याशिवाय पर्यायच उरणार नव्हता. आणि इकडे गड काबीज करण्याची मोहीम फसल्याने बापू गोखले रागाच्या भरात एका सैन्याला चाबकाने फटकारून मारू लागला होता. ताई साहेबांना मात्र आता स्फुरण चढले होते. काहीही झालं तरी आता शेवट निकराची झुंज देवून या बापूला संपवायचंच..... तिच्या मनाचा निर्धार आकाशाला गवसणी घालीत होता.

हळूहळू आठ महिने उलटले होते. वेढा तसाच सुरू होता. बापू गोखले मात्र वासोटा किल्ला जेरीस आणून वेढा देत लढत राहून सारखा उभा ठाकला होता. तिकडे पंतही कैदेतच होते. राणीसाहेबांना मात्र यावर फार मोठी चिंता लागली होती. काही तरी करायलाच हवं... होय, शिवरायासारखं आता वागायला हवं..

ताईसाहेबांनी सर्व प्रमुखांना बोलावलं. चर्चा केली. मंन्यांच्या कानात कुजबुजली.

अगदी पहाटेच्या समयी शेकडो घोडेस्वार हातात तलवारी घेवून आक्रमणास सज्ज झाले. गडाचा दरवाजा उघडल्या गेला होता आणि सुरूंग मार्गानेही काही सैन्य तत्पर तयार ठेवले होते. सैन्याच्या तुकड्या विभागल्या गेल्या. त्यांना त्यांचे काम वाटून देण्यात आले होते. त्यांना शत्रूशी कसे लढावे व काय करायचे हे गुप्तपणे प्रत्येकांनाच ठावूक होते.

ताई साहेबांचा रूद्रावतार वाढला... हातात ढाल, तलवार घेत अश्वावर मांड घालून त्या सज्ज झाल्या होत्या आणि सुसाट वेगाने घोडे एकाचवेळी दौडू लागले होते. चौफेर 'हर हर महादेव..!' ची गर्जना गुंजली होती. हेरांच्या माहितीनुरूप गडाभोवती असलेल्या सर्व वेढेकरी सैन्यांची माहिती घेत सैन्याच्या तुकड्या ठरल्याप्रमाणे वेगवेगळ्या मार्गांनी पळाल्या होत्या. छाती फुगवलेला बापू आनंदातच पहाटे निद्रेत होता. अशा बेसावध क्षणांचा फायदा ताईसाहेबांनी घेतला होता. या अनपेक्षित आक्रमणाला आता बापू समोर जाणार होता. सहनशीलतेचा अंत झाल्याने औंधच्या तलवारी रक्तपिपासू बनून रक्तपित होत्या. घोड्यांच्या टापांचा आवाज.. बेसावध असणारे सैन्य कापल्या जात होते. काही वाट मिळेल तिकडे पळत होते. बापूच्या राहुटीवर ताईने निवडक सैन्यानिशी हल्ला चढविला. बापूचे सैन्य हार पत्करीत होते. ताईने बापूला निद्रावस्थेतच गराडा घातला होता. बापू क्षणभर चक्रावून गेला. समोर ताई व तिच्या हातातील तलवार बघून तो तिला शरणांगत येत बडबडू लागला होता. ताईने घोड्यावरील चाबकाने एक फटकारा बापूच्या पाठीवर लगावला. सोटा लगावताच तो व्हिवळला होता. दुसऱ्या हातात तलवार आणि ताई अश्वावरून उडी घेत बापूच्या छातीवर लाथ देवून उभी ठाकली. सहा सैन्य त्याभोवती गराडा घालून तलवारीला जणू रक्त मागीत उभी होती. हातातील तलवार बापूच्या गर्दनीवरून फिरली. बापू एका क्षणातच सावध होत उडी घेत वाकला, थोडक्यात मुंडकं बचावलं होतं. मात्र खांद्यावरून रक्तबंबाळ झालेला निकामी हात सावरत बापूने कोलांडउडी मारली आणि खालच्या बाजूने अंधारातून झेप घेत ताईच्या दूर पळाला होता. बापू कसाबसा हल्ल्यातून बचावला व्याकूळ होवून बघणारा बापूचा पांढरा अश्व त्यांच्या हातात लागला. बापूने मांड घालताच आपल्या मालकाशी इमान राखत तो पुनश्च नकारात्मक मान हलवत सुसाट वेगाने पळाला होता. ताई व चार सैन्य त्यामागे सुसाट धावले पण तो बचावला होता. सर्वत्र नासधूस झाली होती. गडाभोवती असलेले चौफेर सैन्य कापल्या गेले, काही पळून जीव वाचवू लागली होती. ताई तेलीण राणीने तळपत्या तलवारीनं पेशवाईचं रक्त प्यालं होतं. तिच्या शौर्याने वासोटा किल्ला शाबूत राखल्या गेला होता आणि आता पंताच्या सुटकेचा मार्गही समर्थतेने मोकळा झाला होता... गडावर

भगवा ध्वज लहरत होता. राणीसाहेबांचा विजय असो ही घोषणा दुमदुमली होती पण ताईचं लक्ष मात्र आता त्या म्हैसूरच्या वाटेकडे होतं... ताईचा घोडा दौडतच होता.... ताईच्या मागेहून हजारो सैन्य टपाटप थबडक, थबडक करीत वाटेने धूळ उडवित पळत होती... सर्वत्र विजयाचा धुळीने माखलेला लाल मातीरूपी गुलाल आसमंतात दूरवर पसरत होता.

दरबारात, रयतेत आनंद ओसंडून वाहत होता. राणी ताई तेलीणच्या शौर्याला तिच्या कार्यनेतृत्व लढ्याला रयतेनेही सलाम केले होते आणि गौरवार्थ 'राणी ताई साहेबांचा विजय असो, औंध प्रांताचा विजय असो!' असा जयघोषही या गुलालात आवाजरूपाने मिसळत दूरवर पसरत गेला. तेव्हाच राजदरबारातील राजकवीने कवने रचित मधुर उंच स्वरांत गायला सुरूवात केली.

"श्रीमंत पंतप्रतिनिधीचा अजिंक्य दुर्ग वासोटा,
ताई तेलीण मारिल सोटा,
बापू गोखल्या सांभाळ रे कासोटा....
स्त्री शक्तीचा असा झपाटा..."

000

९) वेडी

गावालंगतपश्चिमेला छानशी सुंदर टेकडी होती. त्यावर महादेवाचं मंदिर, देवदर्शनाला लोक तिथं वर्षातून एकदोनदा गर्दी करायचे. नाहीतर नुसतं मोकळं मजेशिर रमनीय फिरायला हा परिसर नेहमी शांतपणे खुला असायचा. या परिसरापासून आमचा जुनाट वाडा अर्ध्या हाकेच्या अंतरावर जुनाट पद्धतीने दिमाखात कित्येक वर्षापासून उभा होता.

छे! आमचा वाडा म्हणण्यापेक्षा मी त्या वाड्यात राहायचा. एक मानसपुत्र का असेना. पण मी त्याला आमचा वाडा संबोधनं तेवढं मात्र अनुकूल होतं.

वाडा चुना फासून दिमाखात शुभ्र केलेला होता. या लहान टुमदार वाड्यात मला आनंद मिळायचं. या वाड्याचे मालक शांतीबाबा आणि त्यांची पत्नी तिथं राहत असत. मी त्यांना 'बाबाच' म्हणायचो. त्यांना मुलं-बाळं काहीही नव्हतं. दुरचे नातेवाईक तेवढे असतील, पण तेही कधी त्यांच्याकडे काही कामाव्यतिरिक्त कधी फिरकत नसत. मी त्यांचा मानसपुत्र.

बाबा, समोरच्या ओसरीलगत दिवाणखाण्यात आराम करायचे नी पलीकडील बागेत फिरायचे. राजस्थानी फरशी ने सजवलेल्या ह्या दिवाणखाण्यात त्यांचं ऑफिस असावं कुणालाही वाटेल. पण खरं ऑफिस कारखाण्यातच होतं. बाबानी आता निवृत्ती स्वीकारली होती. वयोमानानुरूप बाबा पासष्ठ वर्षांचे झाले होते. सर्व हिशेब, व्यवहार इथं बसल्या बसल्याच पार पाडत. तसे धडधाकट पिळदार देहाचे ते होते.

ऑफिसची सर्व जबाबदारी मलाच पार पाडावी लागायची. ह्या छोट्याश्या कारखाण्याचा व्यवहार फार वाढला होता. बाबांनी मुनशीचं काम मेहनतीनं करता करता चार-चार पैसे जोडून स्वतःचा कारखाना उभा केला. मी सात वर्षाचा असतांना आई वारली नि बाबांनी माझं पालनपोषण केलं. माझं असं कुणीही नव्हतं. माझे वडील मला

केव्हाच लहानपणी सोडून गेले ऐवढेच ऐकीवात होतं. म्हणूनच मी त्यांचा मानसपुत्र ठरलो. मी सुद्धा खाल्ल्या मीठाला जागल्यागत त्यांची सेवा चाकरी करीतच आलो आहे.

बाबा मला धंद्यात भागीदार करणार, किंवा त्यांची इस्टेट मलाच मिळेल. असं सगळे बोलू लागले होते. पण बाबा नि मातेने मला याबाबत एक चकार शब्दही कधी काढला नव्हता.

मला सुद्धा यात कुठलाही इंटरेस्ट नव्हताच. मला त्यात एवढा रसही वाटला नाही, मी या गोष्टीकडे कानाडोळा करून निघून जायचा. आपल्या प्रारब्धात काय आहे ते मला ठाऊक जरी नसलं तरी, माझं प्रारब्ध मीच घडवेन यावर नि माझ्या भुजांवर मला विश्वास होता.

मी अनाथ असतांना बाबांनी मला चार घास भरवून माझं पालनपोषण केलं, हेच माझं भाग्य. नाहीतर उकिरड्यावर जगत कधीचाच मी संपलो असतो. याची जाणीव मला होती. कारखाण्याचं काम मी बऱ्याचशया प्रमाणात शिकलो होतो. यातला बहुमोल अनुभव मला लाभला होता. आता मला बरीचशी समजही आली होती. वयाची अठरा वर्ष नुकतीच मी पूर्ण केली होती.

बाबा माझ्यासाठी देवपुरूष होते. त्यांच्यासाठी मी जीव की अन्य काही द्यायचं झाल्यास मी कधीही नकार दिलं नसतं.

माता, हो! मी तीला माताच म्हणायचा. ती बाबाची पत्नी होती. पण काय कुणास ठावूक मला बाबा एवढा लढा तिच्यात कधीही वाटला नाही. पण तिने मला कधीही अंतरलं नाही एवढं खरं. तिचाही माझ्यावर गाढ विश्वास. कुठलंही काम माझ्या शिवाय होत नव्हतं एवढं खरं. माझ्या ऐवजी दुसरा कुठला नोकर असता तर एवढ्या मोठया आर्थिक व्यवहारात हात धुवून केव्हाच पोबारा केला असता.

माझं छंद फक्त वाचन नि काम. मला तसूभरही वेळ मिळाला तर मी वाचत बसायचा. एवढ्या वर्षात मात्र मी चार लोकात कधी वावरलोच नव्हतो. आणि तसा मला त्यात तेवढा रसही नव्हता. कारखाण्यात आलेल्या कामगाराशी संबंध तेवढा कामापुरता, बस!

तसं आजकाल बाबा अधिकच मनाने गडद होत होते. का? कुणास ठावूक. पण त्यांच्या मनात कुठलेसे विचार रेंगाळत असावे असच वाटायचं. एखाद्या वेळेस विचारावं असं वाटल्यानं मी त्यांना आज विचारलं. पण, त्यांनी काही नाही म्हणून टोलवाटोलवी केली. चार दिवसाअगोदर काळ्याकोटातील वकील बाबाला भेटायला आले होते. त्यांच्यात बरिचशी अशी गुप्त चर्चा चाललली होती. पण त्यातलं मला काही तेवढं कळलं

नाही नि आता बाबा असे मनोरूग्णासारखे विचार करीत बसलेले बघतांना माझ्याच डोळ्यात अश्रू येवू लागले. आज बाबा सायंकाळच्या वेळेस फिरायला निघाले. तसं त्यांना सकाळ शिवाय फिरायला वेळ मिळायचा नाही. पण एवढ्यात ते नेहमीच घरी असल्याने रोज सायंकाळी फिरायला जात असत.

मी रविवारची सुट्टी असल्यानं आपल्या खोलीत पुस्तक वाचित बसलो होतो. तेवढ्यात मातेनं मला हाक दिली. मी हातचं पुस्तक बाजूला सारून खाली उतरलो नि तीच्या जवळ गेलो.

"शंभू, अरे आज पवार काकाजी कडे जावून त्यांना बोलावलं म्हणून सांगशिल का?"

"नंतर गेलं तर नाही का चालणार?"

"चालेल, पण त्यांच्या घराकडे तू चार, सहा महिन्यापासून गेला नाहीस. त्यांनी तुझी आठवण काढली होती. नि आता महत्त्वाचं बोलायचं म्हटल्यास त्यांना रात्रौला वेळ असतो. तेव्हा तू आताच कळवलस तर ठीक होईल. नाहीतरी रात्रंदिवस निव्वळ पुस्तक नि पुस्तक वाचत असतोस. जा की, थोडासा फेरफटका मारल्याप्रमाणं होईल. तुलाही बरं वाटेल."

"ठीक आहे तर, कळवतोच त्यांना."

मी मातेची आज्ञा घेवून कापडं चढविली नि पवारांच्या घराकडे जायला निघालो. बाबा आज वाटिकेतही बसले नव्हते. मातेला परत विचारलं. बाबा फिरायला गेले होते. मी इकडे-तिकडे नजर वळविली नि रस्त्याने जावू लागलो. मातेचं पवारांशी असलेलं काम, त्यांना भेटण्याचा निरोप, मला मात्र काही एक कळलं नाही. आपल्याला काय करायचं. सांगितलं तेवढं काम करायचं बस! पण घरातल्या बाबीकडे लक्ष दिल्यास काहीतरी वाटाघाटी चालू असल्याचं मात्र लक्षात येत होतं.

माझ्या मनात अनेक विचार रेंगाळत होते. पवारांचं घर दोन किमी असेल. म्हणून मी आड मार्गानि शेताच्या दिशेनं जाण्याचा निर्णय घेतला. शेतातनं जातांना उजव्या बाजूला दिसणारं महादेवाचं डोंगर नि वृक्ष, वनराई, मनाला मोहविते. याचा मी बरेचदा अनुभव घेतला होता. मात्र फारसं असं कुणी ह्या आडवाटेनं जात नव्हतं. एखादाच माझ्यासारखा इकडे यायचा. पण अल्पावधीत मात्र अंतर कापल्या जायचं.

बरचसं अंतर मी कापलं होतं. समोरून एक स्त्री येतांना मला दिसली. तिच्याकडे पाहल्यावर मी अंदाज बांधला. रखमा होती ती. जवळ गेल्यावर स्पष्ट झालं. होय! ती रखमाच होती. या चार-दोन वर्षात तिला मी बघितलं नव्हतं. अचानक तिच्या सोबत

लहान मुलाला बघू न मला नवल न वाटावे तर काय? तशी ती मला काही ओळखत नव्हती. पण मी मात्र शाळेत जात असता पासून तिला ओळखायचो.

रखमाचं कुठतरी लग्न झालं होतं. तिचा भाऊ दुसरीकडे कुठेतरी नोकरीवर होता. आई-वडील गेल्यावर इथं तिचं कुणीही उरलं नव्हतं. तिच्या वडिलांची जागा तिच्या भावाने बाबाला विकली होती. आता तिथं गोदाम होतं.

ती रस्त्याने अगदी जवळ येत असतांना, वाटेतून माझे मागून सायकलस्वार जात होता. माझं त्याकडे लक्ष नव्हतं. तो माझ्या समोरून जातांना रखमानं त्याच्या सायकलचं हॅन्डल पकडलं. त्याचा तोल गेला. नि तो बाजूला असलेल्या खडतर दगडावर आपटला. मला एकाएकी काहीही उमगलं नाही. मी क्षणातच कशाचाही विचार न करता त्याला उचललं. डोक्याला बराच मार लागला होता. ती रखमाही घसरून बाजूला पडली होती.

"आरं कुत्र्या, माझ्या जीवनाचा नाश केलास. नि वर माझ्या समोर येतोस. नाही सोडणार रं तुला! एवढं पाप कुठं फेडशिल व्हयं."

ती स्वतःला सावरत म्हणाली, मला मात्र यातलं काही एक कळलं नव्हतं. मात्र तो बिचारा थोडक्यात बचावला होता. त्याच्या कपाळमोक्षाने बरचसं रक्त गेलं होतं. त्यानेही स्वतःला सावरत सायकल अलगत उचलून घेतली. नि तो तिच्याकडे टक लावून बघतच राहिला.

"अग कोण आहेस तू? आणि मला असं पाडून तुला काय मिळालं?"

"कोण? वारेवा.. बराच चालू आहेस. म्हणूनच मला वाऱ्यावर सोडून एकटा निघून गेलास. तुझ्या पोटच्या लहान गोळ्याचाही विचार केला नाहीस. आणि मी रात्रं दिवस अशी संसारासाठी भटकतेय."

"अगं बया! तू वेडी तर नाहीस. मी काही तुझा नवरा नाही. मी बाहेर गाववरून आजच इथ आलोय. तुझा नि माझा काही संबंध नसतांना असे घाणेरडे आरोप करून मला दुखापत करण्यात काय समाधान मिळालं ग तुला?"

मी आश्चर्यचकित होवून दोघांचाही संवाद ऐकला. मला ती वेडीच भासली. परपुरुषाला आपला पती मानून त्यावर काहीही आरोप करणं मलाही वेगळच भासलं. मी त्या पुरूषाचं निरीक्षण केलं. बिचारा निरागस वाटला मला. त्या पुरूषानं आजतागायत तीला कधीही बघितलं नव्हतं. असं वारंवार तो निक्षून सांगत होता. त्याची जखम बघून मलाही त्याची दया आली. ती वारंवार त्याला नालायक इतपत शिवीगाळ करीत बसली.

"अहो मी खरच सांगतोय, मी कापडाचा व्यापारी आहे. इथं मला एका शेठजीकडनं पैसा

 घ्यायचा होता म्हणून आज पहिल्यांदाच आलोय. कुणीतरी सांगितलं, ही वाट अगदी जवळची आहे, नि कुणास ठावूक, काय बुद्धी सुचली मला... ह्या वाटेनं मी निघालो. नि हे प्रकरण अंगलट आलं.”

“वारे वा! चांगलं नाटक करता येतं. खऱ्या बायकोला सोडून दुसरीसोबत पोबारा केला तेव्हा पासून असं भिकाऱ्यागत माझी अवस्था झाली. कुठं फेडणार हे पाप. पण मी सोडणार नाय तुला. आज ना उद्या तुला खूप महागात पडेल”

तो आणखी चक्रावला. त्याला काही एक समजेनासं झालं. दोघांच्याही शीतयुद्धाला सुरूवात झाली होती. आडमार्गाला असल्यानं आमच्याशिवाय तिथं कुणीही नव्हतं. माझं मन विचार करतांनाच दोघांच्याही बोलण्यावर कटाक्ष ठेवून होता.

“पण... मी हिला खरच ओळखत नसतांना, माझ्यावर आरोप करणं तुम्हाला योग्य वाटतं का?”

“अग बाई, तुझा काहीतरी संभ्रम झाला असेल. तुम्ही समजता ते हे गृहस्थ नाहीत.”

“वा ! चांगला न्याय आहे जी तुमचा. भुलताप लावून मला याने फसवलं. रात्रंदिवस माझ्याशी घालवून मला सोडून फरार झाला नि ह्या केविलवाण्या मुलाला घेवून मी आजही भिकाऱ्यागत भटकत आहे. मला सारे लोक वेडी म्हणून हिणवतात. साधं पोट भरणं कठीण असतांना, कुणीही नातेवाईक नसतांना खरच जगणार मी?”

ती हमसून रडू लागली. तिचा मुलगाही तिच्याकडे पाहून रडू लागला. मला मात्र आता तिची किव येवू लागली. तो सायकलस्वार तिच्याकडे बघत सायकल घेवून सरळ दिशेने निघून गेला. कपाळावरील जखम रूमालाने पुसत तो जात होता. मी त्याच्याकडे एकसारखा बघतच राहिलो. ती आपल्या मुलाला घेऊन निघाली. मी तिच्याकडे जातांना एक नजर टाकली नि आपल्या दिशेने विचार करीत निघालो.

तिची मला दया आली. पण ती वेडी तर नसेल असाही विचार मनात डोकावला. एका परपुरूषाला तिनं आपलं म्हणणं, दिसताक्षणीच त्यांच्यावर त्वेषाने वार करणं, त्यांना शिवीगाळ करणं, वाईट चिंतनं. कितपत योग्य होतं. खरच ती बोलली ते खरं होतं का? पण तो माणूस तर मी हिला प्रथमच बघतो असं बोलला. या गावातही तो नवखा होता. कदाचित तिच्या संसार बिमोडाने तिला वेड तर लागलं नसेल? का कुणास ठावूक पण माझं मन भाऊक बनलं होतं. कुणीही असो असा अध्यावरती डाव मोडून पसार होणं, कितपत दुःख भोगीत असेल बिचारी. रखमा फार सुंदर नव्हती, पण तितकीशी वाईटही नव्हती. मात्र रग्गड घरची, पण सारं काही लयास गेलं होतं. वडील वारले नि भाऊ सारं

काही विकून बाहेरगावी गेला होता. हिला मात्र काही एक उरलं नव्हतं. रखमा आपल्या केविलवाण्या मुलाला घेवून कसं जगत असेल. राहायला घर नाही की, आप्त, नातलग असं कुणीही जवळ नव्हतं.

पोट भरायचं तर कसं भरावं असाही तिला प्रश्न पडत असेल. कदाचित आपण स्वतः चूक केली असंही तिला वाटत असावं. रखमाने पळून जावून लग्न केलं होतं. अशीही चर्चा होती त्यामुळेच तिला वडिलाने व भावाने अंतर दिलं होतं. नि आता तिच्या नशिबात अशे दुर्दैवाचे फेरे चक्रव्यूहागत फिरत होते. कदाचित यामुळेच तिची मनस्थिती जागेवर नव्हती नि तिच्यात चिडचिडेपणा येवून ती सर्वांना वेडी आहे असही वाटत असावं...

पण... ती वेडी असो वा नसो, विनाकारण कुण्या परपुरुषावर आरोप करून त्याला त्रास देणं योग्य नव्हतं. माझ्या मनात असंख्य विचारांनं थैमान घातलं होतं. मी रस्त्याने विचार रेंगाळीत पवारांच्या घराकडे गेलो, माझं मन मात्र जागेवर नव्हतं. मी मातेचा निरोप दिला नि चहा घेवून लगेच परत निघालो. मला त्यांनी बसण्याचा आग्रह केला पण मी मात्र तिथं थांबलो नाही.

अंधार पडला होता. वाट दिसेना म्हणून झपाझप पावलं टाकीत मी घर जवळ केलं. तसं त्या वाटेवर अंधारात चालणं फार कठीण जरी नसलं तरी पण कुणीही त्या दिशेनं फिरकत नसल्यानं भीती वाटायची. घडलेला प्रसंग मात्र मनात राहून-राहून येतच होता मन बेचैन झालं होतं.

मी दारात येत नाही तोच दारात बरिचशी गर्दी मला आढळली. मी अचानक आश्चर्यचकीत झालो. मला मात्र काही एक सुचेना, माझ्याकडे सगळे पाहू लागले. मी घरात मनाने भितच आत शिरलो नि काय माझं अंतरंग गळून पडलं. मला काहीही दिसेनासं झालं. माझ्या डोळ्यासमोर अंधार पसरला नि मी एकाएकी खाली कोसळलो.

महिना उलटला असेल, त्या दिवसाची आठवण काढली की अंगावर अजुनही रोमांच उभा होतो. मलाही वेड लागलं असंच झालं होतं. काही एक सुचेनासं झालं होतं. माता मात्र सारं काही विसरून वाटाघाटी करण्याच्या मागे लागली. तिने कारखाना, इस्टेट विकण्याचा निर्णय घेतला होता. मी रात्रंदिवस पडून राहायचा. कारखाना तर बंदच होता. कारखाण्याचं विक्रीपत्रही पूर्ण झालं होतं. मलाही आता ते घर सोडावं लागणार होतं. पण मातेनं तशी सूचना वगैरे काहीही दिली नव्हती.

त्या दिवशी बाबा अचानक सोडून गेले होते. सायंकाळी फिरायला गेले नि परत येतांना

वाटेतच त्यांना झटके येवू लागले. सावरायला कुणीही नसल्यानं वाटेतच त्यांचा मृत्यू झाला होता. बाबाचा देह बघुन शुद्ध हरपली. माझे ते पालनहार होते. एका अनाथ मुलाला आजतागायत त्यांनी आधार दिला होता. बाबा नेहमी चिंतेत दिसायचे, त्यांनी विक्रीपत्र करून सर्व इस्टेट मातेच्या नावावर केली होती. मला मात्र लोकांच्या आशेप्रमाणे थोडफार मिळेल असं बरेचसे म्हणायचे. सारं धन बाबा नि मातेनंतर माझच होणार, मी त्यांचा मानसपुत्र नि दत्तकपुत्र असंच साऱ्यांना वाटायचं पण सगळं उलट झालं होतं. बाबाने मला त्यांच्यातलं काही एक दिलं नव्हतं. आजतागायत पालन केलं ते पुरेसं होतं.

मला त्यांच्या इस्टेटमध्ये काहीएक इंटरेस्ट नव्हताच. मला अपेक्षाही नव्हती. मी मात्र खाल्ल्या अन्नाला जागल्यागत प्रामाणिकपणे त्यांची सेवा केली होती. आज बरचसं कारखाण्याचं काम शिकून कुठेही चारपैसे कमवू शकलो असतो. बाबाच्या मनातील तळमळीचा मला आता थोडाफार सुगावा लागला होता. मातेनीच मला याबाबीपासून दूर ठेवलं होतं. याबाबतीत पवारांनी मला नंतर सांगीतलं होतं. यावरून मी ह्या घरातून कुठेतरी बाहेरगावला, मुंबईला वगैरे जाण्याचा मी निर्णय मनातच आखला होता. कालच मी मातेला तस बोललोही...

"माते, मी मुंबईला कामाकरिता जाण्याचा निर्णय घेतला आहे. तिकडे जाऊन चांगला कामधंदा करावं नि खूप मोठं व्हावं असं वाटतय..."

मातेनी मात्र मला यावर काहीही उत्तर दिलं नाही. मी इथच राहून मातेची सेवा करावी असं मनोमन वाटायचं पण आता याला पर्याय नव्हता. मी दिवस निश्चित करून रविवारला मुंबई गाठण्याचा निर्णय घेतला. बाबामुळे तिथली काही नामवंत व्यक्ती ओळखीची होती. त्यांच्या प्रथम भेटी घ्यायच्या नि मगच कुठले काम करायचे तो निर्णय घ्यायचा. मनाशी निर्धार केला...

तसं एका शेठजीला पत्र घातलं होतं. त्यांनी मला बोलावलं होतं. मी मात्र मातेला यातलं काहीएक न कळवता कपडे सोबत घेतले. मातेचा आशीर्वाद घेत बाहेर पडलो. मातेच्या डोळ्यात अश्रू आलेले बघून माझं मन गहिवरलं होतं. माता माझ्याकडे एकसारखी पहातच राहिली होती.

माझं डोकं गरगर फिरू लागलं. आपोआप मनात चिड निर्माण होत होती. मला मातेनं वाऱ्यावर सोडलं. तिला मुलं नि बाळ. काय करणार या इस्टेटीचं, नातलगही जवळचे नाहीत. मी बरिचसी मेहनत करून कारखाण्याला बाबाच्या सांगण्याप्रमाणं सहकार्य केलं. कामगारांशी मिळतं जुळतं घेवून उत्पादनही वाढवलं. जर मला हा कारखाना दिला असता

तर? मातेला कारखाना विकून काय मिळालं?

रेल्वे शिट्टी मारून वेगात धावू लागली होती. माझं कुठंही लक्ष नव्हतं. मी कोपऱ्यात मिळालेल्या बर्थवर बसून विचार करीत होतो. मनातून विचार काढायचा, नवी दिशा, नवी वाट शोधायचं असं राहून राहून मनात यायचं पण पुन्हा तेच विचार....

मला वेड लागलं होतं. मी वेडा होणार, माझं लक्ष अचानक पुढच्या बर्थवर गेलं. मी आश्चर्यचकित झालो होतो. ती....रखमा इथं लहान मुलाला कडेवर घेवून पागलागत बसली होती. ती वेडी म्हणून... तिच्याकडे कुणाचं लक्षही नव्हतं. ती माझ्याकडे एकसारखी बघू लागली. मलाही तिच्याकडे बघून हसू उमलू लागलं. डोकं गरगर फिरत होतं. आता समोर मला कुणीही दिसत नव्हतं नि मी वेड्या-सारखा एकटाच हसत होतो. माझ्याकडे सर्वांच्या नजरा रोखून बघत होत्या.

"वेडा असेल, एवढ्या तरूण वयात वेड लागलं......"

कुणाचा तरी आवाज मला आला. पण मी काहीही करू शकलो नाही. रखमाही हसत होती, तिच्याही जीवनाचा नाश झाला होता. आता माझं जीवन, रेल्वेचा धडधड आवाज मेंदुत किंचाळत होता नि माझं हसू मलाच आवरेनासं झालं...

०००

१०) शिदोरी

तथागताच्याप्रतिमेकडे एकटक पाहू लागलो. त्या बुद्ध प्रतिमेसमोर बुद्ध धम्म समितीने शाल प्रमाणपत्र देऊन माझा सत्कार केला होता. डोळ्यातून नयनाश्रू ओघळू लागले आणि अंतरंगातून हृदयात उसासे फुटू लागले... ओठावर शब्दही फुटेना या धम्मदिनी बृद्धचरणी विनम्रपणे नतमस्तक होणं एवढंच उरलं होतं. माझे जीवन व त्यातील कार्याला मिळालेली ही पावती मनाला उधाण देणारी नक्कीच होती. टाळ्यांचा गजराने स्वागत झालं असलं तरीपण हिमालयाएवढा वैचारिक बाबासाहेब नावाचा प्रज्ञासूर्य, युगपुरूष माझ्या खोपाटाच्या अंधारात ज्ञानदीप लावून गेला होता. आता कुठं त्यांच्यामुळं माझ्या जगण्याला किंमत आली होती. हा 'केश्या' मानानं किशोर झाला होता. या सन्मानातच त्या प्रज्ञामूर्तींसमोर माझं ओझरतं आयुष्य पुनश्च अश्रूसंगे भडभडून वाहत होतं. कदाचित ही वेळ बुद्धाविषयी कृतज्ञता बाळगण्याची होती आणि तेव्हाच आठवणीचा पूर ओसंडून वाहत होता...

'माझ्या मायेनं काठीनं बडवत माले शाळेत नेलं. असा माया पयलाच शाळेचा दिवस. "मास्तर ह्या चं नाव घाला जी शाळंत." माले भेव वाटायचं. शाळा म्हणजे काय? हे बी समजत नोहतं. लेहनं, वाचन, शिकणं यासाठी दिसभर या शाळंत का म्हूण बसाचं. पोट भरालं आनं जगण्यासाठी तं हे शक्यच नोहतं. ज्याले दुसरा कोणताबी कामधंदा नाय तोच शिकल शाळा. असाच समज होता. शिकून आम्हा गरीबाले कोणता फायदा भेटल... आनं शिकाले बसलं तं कोणता देव येवून आयतं पोटाले खाऊ देणार होतं. तरीपण मायेनं मले बडडवलंच....

माह्या बा मेला तवा म्या चारदोन सालाचा असन. म्हणे, आम्ही दोघं भाऊ नं लहान बहीणीले माय दिसभर राबराब राबून जगवायची. गावनंगाव हिंडणारी आमची जात,

'डोंबारी'. डफली तर कधी डमरू बडबवून लहान मोठे खेळ दाखवून पोट भराचं. मिळल तो भाकरतुकडा खावाचं नं रावाचं. या गावाहून त्या गावी पोट भरासाठी हिंडतच राहलून म्हणे...

एक दिवस एका गावात बापाले पालातून पोलीसायनं उचलून नेलं. मोठा हाग्या मार मारला. पाटलांच्या दंडातले धानाचे पोते रातच्याला चोरून नेन्याचा आळ 'बा' वर आणला व्हता. चार दिवस त्या गावात राहतांनी फार मोठी किंमत बापाले चुकवावी लागली व्हती. आम्ही पोटभरू हाय म्हणून आम्हासनी हलक्या जातीचं हीन समजाची ही लोक... गावनगाव हिंडतांनी हागणदारीवर पाल ठोकून राहावं लागायचं. तिथं कुत्रे, डुक्कर हेच आमचे सोबती असायचे. माणसाच्या माणूसपणापासून कोसो दूर.... म्हणूनच गावातील सप्पा चोरी, चोरटेपण आनं नंगाळ आळ आमच्याच नावाने खपवायचे हे लोकं. आमचं बी कुणी वाली नसल्यानं मुकाट्यानं आम्ही सहन कराचू. पोलिस, वकील, पाटील आनं सप्पा जनता आम्हालेच दोष देवाची. पोट भरासाठी मेहनतीनं कमावलेलं चार, दोन रूपयेबी त्यायच्या मळ्यावर घाला लागाचं. मेलेल्या माणसाच्या टाळूवरील लोणी खाणारे म्हणतेत नं तेच आम्ही दररोज पाहायचू.

बापाले ठाण्यात नेलं. मस्त मारलं. पन्नास रूपयं पोलीसायनंच तावलले. आनं सोडलं. दुसऱ्या दिवशी त्या पाटलाचा धान चोरणारा नोकरच होता, हे बी समजलं. पण पोलिसायले हे का समजत नोहतं. माह्या एकटा बा सहा पोतं धान रातच्याला डोकस्यावर उचलून कसा नेणार व्हता. पण आळ आनाचा तं कुणावं. सालं चोर सोडून संन्यासाला फाशी देण्याचा या जगात रिवाजच हाय.

आम्ही ते गाव सोडलून पण बाच्या मनात धास्ती भरली. असे कित्येक येळेस चोरीचे आरोप आले असतीन. आन् कित्येक आमच्यासारखे भटके-भुटके ह्या व्यवस्थेनं असेच संपवले असल. या मारानं तं बापाचे हाडच लुळे-पांगळे झाले व्हते. आन् एखाद्या सालात बा बिमार राहून कायमचाच गेला व्हता. आमच्या पिढ्या अशा शोषकायनं संपवल्या होत्या. मायेनं अशा आठवणी सांगितल्या तं मन भरून येवाचं. या जगण्याचीच चिड येवाची. पण कोणता उपाय होता...

'कणची जात हाय तुमची.' मास्तरानं पुसलं होतं.

'कहाले पायजे जी जात.' माय बोलली.

ह्या टिसीवर लेहा लागते म्हणून मायेनं जात सांगितली. नाव सांगलं. आनं जन्माचं अंदाजे साल सांगितलं. त्यायनं मले शाळेत घेतलं. मात्र शाळेत मले करमतच नोहतं. माय

शिक म्हणे आनं तिचा धाक म्हणून म्या शाळत जावाचा. अंधामधात शाळेले बुट्टी भी माराचा...

मोठा भाऊ, माय दिसभर काबाडकष्ट कराची. त्यायचं राबणं तेव्हा मले कळत नोहतं. आता भटकणं संपलं होतं. मायनं लई लांबवर या गावात हागणदारीच्या बाजूच्या जागेवर पाल ठोकली. डुकरंबी राहणार नाय अशी ती जागा, काही दिवसांनी गवताचं खोपाट उभं केलं. कायमचाच या गावात आसरा भेटला. त्याले कारणबी तसच होतं. माह्या मायेचं माहेरबी येतचेच होतं. आन् नातेसंबंधबी येतचेच होते. याशिवाय का कोणी आम्हाले आपल्या गावात ठेवून घेतलं असतं.

सातवीत असन तेव्हा गावातल्या चारपाच बैलबंड्या, रेंग्या सहित आम्ही नागपुराले गेलून. रस्त्यांन थांबणं, चटणी-भाकर खाणं, पाणी पेणं. आन् रातच्याला कुठबी मुक्काम करणं. पहाटेलेच सुरू होणारा हा दोन दिवसाचा प्रवास. दीक्षाभूमी पयल्यांदाच पाहलून. महार जातीच्या लोकासंग आल्यायनं ही दीक्षाभूमी पयल्यांदाच पाहाले तरी भेटली. माय त्यायच्या सोबत वणीभूतीले जावाची, बाबासाहेबांच गुणगाण आयकायची. मायेलं बी वाटाचं एवढा मोठा माणूस हाय तरी कसा आनं कोण? ज्यानं ह्या समध्या भारतायच्या लोकायलं जगण्याचा नवा संदेश देला म्हणे, मायेमंदी बाबासाहेबा विषयी आपुलकी जागी झाली व्हती. आन् म्हणूनच या दीक्षाभूमीची माती कपाराले लावाले भेटली व्हती.

माय येथला विशाल पटांगण निरखत व्हती. सकाळी तिथं पोहचलून. तिथं बुद्ध न् बाबासाहेबाची प्रतिमा प्रथमच पाहलून. मायेसोबत म्याबी त्यानले हात जोडलं. बाजूलेच पुस्तकाची दुकान व्हते. माय त्या दुकानात गेली आनं पदराच्या गाठीनं बांधलेलं आठ आने काढलनं. त्या दुकानातून 'बुद्ध आणि त्याचा धम्म' आन् बाबासाहेबाच्या जीवनावरचं पुस्तक विकत घेतलन. पण माहया मायेले कोठं लेहता वाचता येत व्हतं.

"अवं जने, कायलं घेतलस व पुस्तक, तुह्या घरात कोण वाचणार हाय?" एका शेजार बाईनं म्हणलं व्हतं.

"मालं नाय वाचता येत म्हणून का झालं, अवं माह्या केशा हाय न वाचलं थोडं-थोडं न सांगल मले, ह्यात काय लेहलं हाय तं." तिचं उत्तर ऐकून माह्या बी जीव कासावीस झाला. म्या बी तिथले पुस्तक नं त्या प्रज्ञासूर्याचं रूप पायतच राहिलो. दोन दिस आणखी प्रवास... आन् गावात आलून.

म्या शाळत हुशार होतो. मास्तर बी मले चांगलं मानाचा. पण शाळंत तेली, कुणब्या धानब्याची पोरं जातीच्या नावानं माह्या राग कराची. हे तं चालाचंच होतं. पण या

हागणदारीवर पाल ठोकून जगण्याले किंमत येवावी. आमाले मानानं जगाले भेटावं असच आता वाटू लागलं होतं...

बाबासाहेबांचा आनं बुद्धाचा लहानसा फोटो दीक्षाभूमीवरून आणला व्हता. मायेनं त्याले घरात लावलन. म्या दररोज त्या फोटोच्या पाया पडायचू. मायेनं घेतलेल्या पुस्तकाचं एक-एक पान वाचून काढलं. आन् मायेले पण समजावून सांगीतलं. 'अबा, एवढं भोगलं का रं बाबासाहेबानं? येथल्या लोकायसाठी किती राबराब राबले रं बाबासाहेब! तरीपण येथल्या लोकायले किंमत नाय त्यांची. किती निष्ठुर हाय रं जमाना...?' मायेच्या न् भावाच्या डोळ्यातून अश्रू गळाची. लेकराले शाळत घातलं याचं तिले अभिमान वाटाचं. आन् आमालेबी जनावरागत जीवनातून माणूसपणाचं जीवन मिळालं याचं तिले समाधान होवाचं.

आमचं जगणं असंच सुरूच होतं. मायेच्या अडाणीपणात बाबासाहेबांनी मांडलेला सूर्य आला आनं शहाणपणाचे दार खुले झाले व्हते. चांगलं समजदारीचं काबाडकष्टात जगणं, स्वाभीमानाचं जगणं, माणसाचं माणसासारखं जगणं माले नवी दिशा देत व्हतं. या गलिच्छ जागेवर राहतांनी आता वीट येवाले लागला होता. तवा मायनं आन् भावानं नवं खोपाट बांधलं. आजूबाजूचा परिसर स्वच्छ केलं व्हतं. या गचाळ नरकपुरीचा वासही घालवला व्हता. पण या वंगाळ जागेत राहणाऱ्याले आन् खालच्या समजल्या जाणाऱ्या जातीले कोठून किंमत देणार व्हते लोक. आम्हाले माणूस कोणी कधी समजेल काय? गरीबीचं हे असच जीवन असतं. हे मात्र पुढं कळलं. हलक्या जातीपातीचं, धर्माचं राजकारण. गरीबाच्या पोटी जन्माले येनच गुन्हा हाय. पण बाबासाहेबानं ह्याच गरीब आन् हीन समजल्या जाणाऱ्या जातीले मानाचं स्थान मिळवून देल्लन. मले समज आल्यापासनं वाटते. आपण बाबासाहेबाचं लेकरू आहो याचा अभिमान वाटाले लागला. आनं म्या खूपखूप अभ्यास करू लागलो व्हतो.

सालामागं साल गेले. मात्र ह्या मायेनं माले दीक्षाभूमीवर नेवून माह्यावर उपकारच केले व्हते. आनं शिक्षणाची, जीवनाची शिदोरी माले भेटली व्हती.'

मी आता वयानं मोठा होतांना शिक्षणानंही मोठा झालो होतो. नोकरी मिळाली. आता मी शहरात राहतो आहे. ते कष्टाचे दिवस संपलेत. बहिणीचं चांगल्या घरी लग्न झालं. भाऊही व्यवसायात गुंतलेला आहे. आईचं आता म्हातारपण, तिचा शेवटचा आधार आम्ही आहोत. पण एक कळलं... बाबासाहेबाच्या विचारावर पुस्तक लिहिलं आणि ह्या विचारांचा सन्मान मिळाला. तेव्हा कुठं जगलेल्या दिवसाची आठवण आणि ज्या धम्मानं

मला दानात नवं जीवन दिलं त्या बुद्धाला अभिवादन करतांना अश्रू टिपत होतो...

एक कोडं अजूनही उलगडलं नव्हतं. एवढं माणूसकीचं तत्त्वज्ञान मात्र हे जग का स्वीकारत नाही. त्याच पुरातन काल्पनिक थोतांड अनावश्यक अशा अंधश्रद्धेला हे जग का बरं चिपकून आहे? इथे जातीचा रंग, राजकारणाचा रंग माणसाच्या मना मनात का बरं भिनलेला आहे? इथे जातीधर्माची गुलामगीरी का बरं आहे? इथला माणूस अशा स्वार्थी वृत्तीशी का बरं बंड करीत नाही?

एके दिवशी आईलाच विचारलं.

"आई तुला बाबासाहेब नसते मिळाले तर...!"

आई अंतर्मुख झाली होती. आपण भोगलेलं आयुष्य ती झरझर आठवत असावी. आता तिचे जगायचे असे किती दिवस राहिले होते. तिने पातळात अडकवलेल्या पिशवीतून शंभराची नोट काढली. माझ्या हातावर देत म्हणाली.

"किशोर, उद्या धम्मदिन आहे न् रे! बाबासाहेबाच्या, बुद्धाच्या फोटोले हार आणजो. आनं बाबासाहेबाचं एक पुस्तक इकत घेवून गरीबाच्या लेकराले भेट देजो."

मी तिच्या कृतीला पारखत फार-फार अडाणीच राहिलो होतो आणि ही अडाणी निरक्षर माता एकही बुक न शिकता शहाणपणाचं अप्रत्यक्ष डोस देत होती. बुद्धाचा नवा प्रकाश देत होती...

मी तिच्या हडकुळ्या कृश चेहऱ्याकडे बघीतलं. तिचे भाव मला उलगडले होते. मी एवढा नोकरी व पैसेवाला असूनही तिच्या हातची शंभराची ती नोट घेतली होती.

तिचं लेकरू तिनं घडवलं होतं. याचं तिला समाधान असेलही परंतु तिने मला जीवनात बुद्ध दिल्याचा अभिमान नक्कीच होता.

अनेक विचारमंचावर जाणं, विचार मांडणं, कर्तृत्वाचा सन्मान होणं यात मोठेपणा नव्हताच. पण ही मिळालेली वाट आणि त्या वाटेचा मी वाटसरू होतो. त्या वाटेवर मायेनं दिलेली धम्म 'शिदोरी' उज्ज्वल आयुष्याची उत्तुंग भरारी बनून माझ्या कौटुंबिक, सामाजिक जीवनाला बहर आणित होती. मी सन्मानानं फुललो असेलही, मंचावरील बाबासाहेब आणि बुद्धाच्या प्रतिमेच्या काचात मला माझ्या आईचा चेहरा अप्रत्यक्ष उमटून दिसत होता. तसा-तसा बुद्ध माझ्या अंतरंगात दडून बसत होता. नकळतच हात जोडले, डोळ्यातून अश्रू घरंगळलेत आणि मुखातून त्रिशरण प्रकटले.

'बुद्धम् शरणम् गच्छामी...

धम्मम् शरणम् गच्छामी...

संघम् शरणम् गच्छामी... !'

○○○

११) डमरू

डमरूडमडम शिलगत होतं. डुंग डुंग वाजणाऱ्या डमरूचा आवाज सकाळच्या प्रहरी मनाला मोहवीत वार्डातील बाया-माणसांना तसेच पोराबारांनाही हाक देत होता. डमरू वाजवणाऱ्या व्यक्तीभोवती आता हळूहळू गर्दी गोळा होवू लागली...

लुगड्याच्या गाठोड्यात बांधलेलं सारं काही साहित्य भराभर बाहेर काढल्या गेलं. पंधरा वर्षाचा शरीराने बारका मुलगा हलगीगत डफलीला ताव देत होता. तेवढ्याच आवेशात त्याचा आठ दहा वर्षाचा भाऊ डमरू डुंग डुंग वाजवित होता. त्या दोघांचीही नजर तिथं गोळा होणाऱ्या गर्दीकडे होती. जेवढं आवाज दूरवर जाईल तेवढच लोकांना कळेल व ती घराबाहेर पडून यांचा खेळ बघायला येतील असंच त्यांच्या चेहऱ्यावरून जाणवत होतं. चौकाच्या ह्या मध्यभागी त्यांनी आपल्या खेळाचं दुकान थाटलं होतं.

सोबतच त्याच्यापेक्षा वयाने एक-दोन वर्ष कमी जास्त असणारी पाठची बहीण त्यांच्या डमरूसह ओरडणाऱ्या आवाजाला दुजोरा देत होती आणि त्या पोराबारांची आई बाजूला बसून गाठोड्यातलं सामान एक-एक करून बाजूला ठेवीत होती.

एक फूट व्यास असलेली लोखंडी गोल रिंगण, फाटक्या गोधडीने पीस भरवलेली कोंबडीच्या आकाराची सुंदर कलाकुसर. फाटक्या थैल्यात आणखी बरच असं सटरफटर खेळ दाखविण्यास लागणारं सामानसुमान तसेच दोन जर्मनी ताटी, व एक तांब्याही बाजूलाच काढलेलं होतं.

'मनी' तीचं नावं ... तीनं तांब्यात ठेवलेलं पाणी घटाघटा पिलं. 'हं! या, या, या... पहा दोरीवरून चालण्याचा खेळ पहा..., पहा..'

मनीचा भाऊ परसराम ओरडत बोलला आणि क्षणभरातच बांबूच्या काड्यांचा साचा उभं करण्यात आला. दहा फूट बांधलेला दोर आणि सहा सात, फूट उंच अशी ही बांबूची मचान उभी राहिली होती. मनीला जोर देत हात लावलं आणि ती नजर चुकत नाही

तशीच उडी मारीत मचानीवर चढली. डमरू आणखीनच शिलगू लागलं. आजूबाजूला वार्डातील लहान मुलंबाळं येवून खेळ बघू लागली. गर्दी चांगलीच वाढली होती. नवलाईने खेळ बघत मुलंबाळं आश्चर्य व्यक्त करीत होती.

मनी मचानीवर उभी राहिली. हातात तोल सांभाळायला काठीचा आधार तिने घेतला होता. अनवानी पायातील अंगठ्याच्या बोटाने तिने एकेरी दोरावर पायाची घट्ट पकड जमवीत चालायला सुरूवात केली. कुठे तोल जावून मनी खाली पडली तर....! माझ्या हृदयात भीतीचे शहारे उमटले. मी क्षणभर डोळे घट्ट बंद केले. ती डमरू व डफलीच्या आवाजाकडं कान टवकारून दोन्ही हाताने काठीचा तोल सांभाळत एका बाजूनं दुसऱ्या बाजूस क्षणातच पोहचली, तशीच ती उलट दिशेनं चालत परत फिरली...

एक खेळ संपला होता... लगेच कोंबडी खेळाला टुणकण उड्या मारीत तीने सुरूवात केली. मी त्यांच्या खेळाचं निरीक्षण करीत राहिलो, तेवढंच विचारांच्या चक्रात गुंतल्या गेलो.... पुढचं खेळ बघतांनाच त्यांचं जीवन व राहणीमान, पोटासाठी वणवण फिरावं लागणारं हे जीवन... मला खूप दया येवू लागली. तिचा भाऊ खेळ संपताच बाजूलाच पडलेलं जर्मनचं ताट हातात घेवून चार-दोन रूपये मदत मागू लागला. मी अचानक भानावर आलो. खिशात हात घातलं, दहाची नोट त्याच्या ताटात टाकली... होय, खेळ दाखवून पोट भरण्याचा मेहनतानाच होता तो. आपलं डमरू वाजवून पोट भरण्याची ही एक कलाच त्यांना अवगत करावी लागली होती...

आज रात्रौला माझं मन वारंवार त्या लहानश्या मनीचं जीवन आठवू लागलं. जवळच्याच खेड्यातील ही भावंड अत्यंत गरिबीनं खचलेली. समाज आणि जातीव्यवस्थेच्या उतरंड मांडणीत चपखल बसत जातीव्यवस्थेनुरूप खेळ दाखवणारी. 'गोपाळ' समाज म्हणायचे त्यांना... पूर्वजापासून असेच काही तरी रस्त्यावर खेळ दाखवून पोटासाठी मदत गोळा करणं ह्यांचा धंदाच झाला होता. आणखी दुसरं करावं तरी काय यांनी? राहायला घर नाही की एखादा धंदा करावा तर पैसा आडका आणावा तरी कुठून असेच प्रश्न, समस्या त्यांच्या ऊरी असावेत...

'पप्पा, उद्या की नाही कॉन्व्हेटची फी भरायची आहे, मॅडमनी तुम्हाला पॅरेंट मिटिंग ला बोलावलं आहे. हे घ्या पत्र...'

मी माझ्या छकुलीच्या बोलण्याने जणू दचकलोच. एकाएकी भानावर आलो.

'हं! हो, किती वाजता बेटा, येणार मी, जा हं, अभ्यास कर! यंदा फायनल सेमीस्टरला चांगले मार्कस घ्यायचे आहेत हं! आऊट ऑफ मिळायलाच हवेत.'

छकुलीला मी मन भानावर नसतांनाही असच काहीतरी म्हटलं... ती आत गेली मात्र माझं मन त्या मनी व तिच्या भावाच्या प्रश्नाकडे पुनश्च स्थिरावलं. मनी कधीही शाळेत गेली नसेल बिचारी, पोटासाठी वणवण भटकतांना तिला शाळा म्हणजे काय ते तरी कसे कळणार होते? आणि कळलही तरी तिच्या ते कुठल्या उपयोगी पडणार आहे. बघा ना! आजचं महागडं शिक्षण, मुलांबाळांची शालेय फी भरणंही कठीण झालं आहे. पण करावंच लागणार... आमच्या शहरात तर आता मराठी शाळाच बंद झालेल्या, काही ओस पडलेल्या. मुन्सिपालटीच्या काही शाळात तर चार-दोन विद्यार्थी बोटावर मोजण्याइतपत राहिलीत. का तर म्हणे सरकारी शाळेचा दर्जाच उरला नाही. सगळं बाजारीकरण झालंय. खाजगी विनाअनुदानित इंग्रजी शाळांना तर पक्काच ऊत आलेला. अशा या भांडवलशाहीत या खाऊजा संस्कृतीत खरेच ही गोपाळाची मुलगी गोपाळा, गोपाळा नाही तर काय करणार? होय, गाडगेबाबांनी शिक्षणाचा संदेश दिला. नवस, देवधर्मांत, वारीत पैसे घालवण्यापेक्षा मुलाबाळांच्या शिक्षणाला महत्त्व द्या, असेच त्याचं सांगणं होतं आणि म्हणूनच की काय आम्ही अती शहाणे होत शिक्षणाकडे याप्रमाणे आज बघू लागलो आहोत. होय, स्वार्थीच हे जग. इथं गरीबांचा कुणीही वाली नाही. किड्यामुंग्या प्रमाणे मरतात तर मरू दे म्हणणारे हे लोक, तेवढेच पुढारी. अरे हो! सालं त्या दिल्लीच्या संसद कॅंटींगमध्ये म्हणे पुढाऱ्यांना अगदी स्वस्तात फाईव स्टारचं जेवण आणि सुखसुविधा भेटतात आणि आज घडीला देशात चार कोटी शेतकऱ्यांनी आत्महत्या केल्याचा अहवाल कालच मी पेपरात वाचला. काय चाललेय काय? स्वातंत्र्याच्या सत्तर वर्षानंतरही हे कुठलं रे स्वातंत्र्य.... भूकेसाठी कंगाल दीनवाने होवून पाणावलेले डोळे या पोटभर खाणाऱ्या संस्कृतीकडे किती आशेने बघतात नाही काय? काल मनीचं खेळ दाखवून भीक मागणं याचंच उदाहरण होय. ही श्रीमंत संस्कृती आणि यातले बेताल पुढारी या दुनियेतील प्रश्नाकडे दुर्लक्ष करीत स्वतःच ढेकर देत निव्वळ हसतात. यांना कुणाशीही देणेघेणे नाही... मग आपणच तेवढे एखाद्या महात्म्याप्रमाणे विचार का करतोय..?

'अहो ताट वाढलंय, या ना जेवायला.' हिच्या आवाजाने मी एकाएकी भानावर आलो.

'छकुली जेवली काय ग? हो आलोच...'

'हो जेवली. अभ्यास करताहे आत.'

'बरं, चल जेवून घेवू...!'

माझं जेवणातही लक्ष नव्हतंच. गिळलेला घास तोंडातल्या तोंडात गोलगोल फिरून

लाळेच्या पाचक द्रव्यानं चविष्ट होण्यापेक्षा अगदीच बेचव वाटू लागला आणि क्षणभरातच ओकारी आल्याची जाणिव होवू लागली. मी घास गिळण्यास ग्लासभर पाणी घटाघटा पीलं. माझ्यां डोळ्यासमोर ती 'मनी' तरळतच होती. हृदय थरकापलं.

'पडते... ती पडते..! '

'अहो, काय झालं असं? तब्येत बरी नाही काय? आणि काय बडबडताहात असे... कोण पडते आहे?'

'हं! अग, काही नाही, असंच..!'

'काहीच कसे नाही... मी इतक्या वर्षापासून संसार करते आहे तुमच्याशी, तुमचं मन कळते मला... सांगा ना काय झालं ते?'

माझी बायको थोडीशी लाडातच येत उद्गारली. तेव्हा क्षणभर मला तिचा रागही आला. पण बायकांना सांगून काय फायदा? हिला कशाला चिंता हवी? ह्यांचं बरं आहे लग्न होऊन नोकरीवाल्या नवऱ्याच्या घरी जायचं, नवऱ्याच्या कमाईवर घर सांभाळण्याचा नि मुलांच्या पालनपोषणाचा आव आणत कुटुंबाची प्रमुख मीच. सारं काही मीच करते आहे, असा आव आणत नातेवाईक, वार्डात नि कुठल्याही कार्यक्रमात आपलाच डमरू वाजवायचा आणि हो..!

'मीच होय म्हणून उभारला यांचा संसार नाही तर...!'

कधी-कधी तर यापेक्षाही वेगळच तिचं डमरू...

'माझ्या ऐवजी दुसरी बायको असती ना तर वैतागून केव्हाच पळाली असती या घरातून... मीच होय म्हणून उभारला यांचा संसार नाही तर भीक मागण्याचीही परिस्थिती यायला वेळ लागला नसता.. '

असे अनेक टोमणेही बऱ्याचदा ऐकायचे. झालं... हिचं डमरू सुरू... कधी प्रेमानं डमरू वाजवणार ह्या बायका तर कधी रागानं वरात काढीत डमरू वाजवणार. ह्या बायका....

मी लवकरच जेवण उरकलं.

'काही नाही, थोडं अस्वस्थ वाटतेय म्हणून ... मी बेडवरती पडतो हं!'

तिला असं म्हणीतच तिच्याकडे प्रेमनजरेने खोटं-खोटं का असेना बघत आत गेलो. उगाच कशाला तिच्या रागाचा पारा वाढवून रौद्रअवताराचा डमरू वाजवून घ्यायचा. एव्हाना छकुली अभ्यास उरकून निजली होती. चला पडूया म्हणतच बेडवर निजलो आणि ती सामानाची आवराआवर करित राहिली.

होय, खेळ संपल्यानंतर मी बघितलं. त्यांच्याही सामानाची आवराआवर.. होय,

डमरूच तो. कित्येक प्रकारे जीवनात येतो. नाही काय? कुणाला आपलं डमरू प्रत्यक्ष वाजवूनही पोट भरता येत नाही तर कुणी आपलं डमरू बातेबंबालपणे वाजवून या दुनियेलाच नागवतात...

होय, मी हळवा आहे म्हणून येत असतील असे विचार...

'पोटासाठी वाजवल्या जाणारं ते डमरू वेगळं आणि तोंडाचा पट्टा की हुकूमशाही, स्वार्थ साधून स्वव्यक्तिमत्त्वाची छाप उमटवणाऱ्या प्रवृत्तीचं दैनंदिन जीवनातील दिसणारं डमरूचं अप्रगट रूप वेगळं... असेच असतं नाही काय? काही का असेना मनातील अस्वस्थतेचा गोंधळच जणू तो. मी का बरं विचार करतो आहे, कोण आहे ती 'मनी'? कोण लागते ती माझी? गोपाळ समाजाचं ते कुटुंब. का बरं माझं मन इतक्या वर्षांनंतर ह्या क्षुल्लकशा खेळाचा, त्यांच्या वर्तमान अवस्थेचा विचार करतो आहे?'

खोलीतला दिवा उमलला. मी भानावर आलो, बघतो तर ही सारं काही नीटनेटके आवरून झोपायला आलेली. मी तिच्याकडे पुन्हा बघितलं.

'कसं वाटते आता तुम्हाला..? बरी आहे ना तब्येत..!'

'हो, छानच आहे... तू झोप आता..!'

मी लाईट बंद होताच डोळे मिटले... मात्र झोप येईना... पुनश्च विचाराचं वादळ घोंघावत होतं.... आणि त्या डमरूचा आवाज कानात निनादत होता.

'अरे हं! तो लांबे मास्तर.. बघा ना समाजात वावरतांना जीथं-तीथं आपलंच डमरू वाजवून मोठ्या हुशारीनं मालदार बनला आहे. जिथं-तिथं त्याचाच बोलबाला. पुढं म्हणे आमदारकीची सिटही लढवणार आहे. सालं, सगळं लुटलं यांनी व्यवस्थेला. त्या पतसंस्थेत लाखोंचा भ्रष्टाचार करून करोडोंची माया जमवीली बघा ना!

आलिशान गाडीत तोऱ्यात मिरवितो आणि त्याची बायको ताठ मानेनं छाती समोर काढून चालते. वार्ड मेंबरीन झाली नि नाल्या उपसणाऱ्यांच्या मागे-मागे धावत गेली तरी तिचा मोठा मान आहे समाजात. सालं खरं आहे... तोंडानं डमरू वाजवून भूल घालताही यायला हवी ना! मॅनेज करता यायला हवं ना! खऱ्या वृत्तीची, खऱ्या माणसांची गरजच नाही या समाजाला... सगळा खोटारडा आव आणि खोटारडेपणा. बघा ती मनी बिचारी... काय खाल्लं की नाही कुणास ठावूक? कशी झोपली असेल बिचारी इवलीशी पोर... पाणी पीऊन. आज आम्ही जर का त्या जयस्वालासारखे करोडपती असतो तर... अरे हो! किती समाजउद्धार केला असता... किती अडल्या-नडल्यांच्या गरजा भागवल्या असत्या.. पण आपणही असेच फकीर...

होय, अक्कल आहे तर पैसा नाही आणि पैसा आहे तर अक्कल नाही. अशीच दुनिया समजायची काय?

रात्र वाढत चाललेली... माझे विचार न संपणारे... शस्त्रपात्यासारखे आपले डोळे लखलखून फायदा काय? या दुनियेतील काळोखाच्या विस्मयचकित पोकळीतून पहाटेचा सूर्य जन्मलेला मला बघायचा आहे... मी डोळे चोळीतच बायकोच्या हाकेने उठलोय... मुलीची तयारी झालेली...

'पप्पा येताय ना कॉन्व्हेंटला.. येतो म्हणाले ना!'

'होय ग छकुले, येतो मी... तू निघ हं नेहमीसारखी! मी तयारी करून येतो तासाभरात...,'

मी ब्रश करीत चहा घेतला. बाथ आटोपून कपडे चढविले. हातात स्कुटीची चावी घेत आलमारीतील दोन हजार रूपये खिशात कोंबत बाहेर पडलो. बायको मात्र सकाळीच उठून घरकामात गुंतलेली....

'अहो, येतांना पालक घेवून या बरे! सायंकाळी भाजीला काहीच नाही म्हणून म्हणाली. तुम्हाला आवडते ना पालकचं सूप... आज छान पिठलेभात नि पालकसूप करणार आहे बघा आणि हो छकुलीच्या टिचरला म्हणावं लक्ष द्या पोरीकडे.'

ती स्मित हसली होती.

तिच्या सुचनांकडे कानाडोळा करीत, मी पॅसेजमध्ये येवून चावी लावत स्कुटी सुरू केली. अरेच्चा! काय झालं हिला. एकाएकी बॅटरी डाऊन की काय? स्टार्टींग प्रॉब्लेम... कालच तर छान होती ही... आजच नेमकं काय झालं हिला. अरेच्च्या! आता पुन्हा ऑफिसात जायला उशीर होणार काय? गॅरेजमध्येच जावं लागणार. वेळेवर छकुलीच्या शाळेचा प्रोग्राम आणि अशा अडचणी. स्कुटीला तरी आताच आपला डमरू दाखवायचा होता काय? चला आता हातानेच गाडी गॅरेजमध्ये ढकलत न्यायची. चौकातील गॅरेजमध्ये दुरूस्तीला टाकून तिथून पायदळच छकुलीच्या कॉन्व्हेंटमध्ये जायचं. फार काही लांब नाही ना! होईल थोडा उशीर. तसं काही बॉस आपल्याला रागावत नाहीच ना! आणि रागावले वा काही म्हणाले तर त्यांच्याशी गोड बोलून डमरू वाजवत खूश करायचं. झालं किती सोपं काम आहे नाही का? तसे आमचे बॉ स की नाही त्या ज्युलीच्या प्रेमात पडलेत. माझ्याशिवाय कुणालाही ही गोष्ट माहीत नाही. एके दिवशी मी त्यांना रंगेहात कुंदनप्लाझा हॉटेलमध्ये पकडलं की नाही, तेव्हापासून बॉस मला दचकतोच आणि हो गुळगुळीत बोलून मला खूशही ठेवतो. तसे बॉसची बायको एवढी छान असतांना बेटा हा

या ज्युलीशी आपला डमरू वाजवितो याचच नवल वाटतं. असो आपल्याला काय? त्यांचं नि तिचं डमरू रंगात जोमात आहे ना, त्यांचाच फायदा अशावेळीस आपल्याला नाही तर कुणाला घेता येणार आहे.

मी गॅरेजात गाडी ठेवली, लवकरात लवकर दुरूस्त करण्याचे कळवून मी पायदळच कॉन्व्हेंटमध्ये निघालो. आज खूप दिवसांनी का असेना पायी चालायला मिळालं होतं. त्यामुळं मनातून थोडं बरंही वाटलं. तेवढंच गाडी स्टॉर्ट न झाल्याने वैतागही आलेला...

रस्त्याच्या अलीकडील कॉलनी आणि पलीकडील वावरशेत लगतच कॉन्व्हेंट होतं. मी तिथून जातांनाच कॉन्व्हेंटच्या बगलेला उभारलेल्या दोन्ही पालाकडे माझं लक्ष गेलं.

होय, कालचेच ते गोपाळाचे कुटुंब होते. आज इथं मुक्कामाला थांबलेले. मी रस्त्यापलीकडील त्या तंबूला बघतच जावू लागलो होतो. मला 'मनी' दूरूनच दिसली. पोलक्यातील ही मनी माझ्या मुलीच्याच वयाची होती. काहीतरी सटरफटर भांडे घासण्याचं ती काम करीत असावी. जावं काय मनीकडे? भेटावं काय तिला? अरे होय, तिला शाळेत जाण्याचा आग्रह धरावा. शक्य झाल्यास तिला शिकवणी करिता मदतच करावी. नव्हे तर दत्तकच घ्यावं तिला शिक्षणाकरिता. यात काय बिघडलं? आपल्याला एकच मुलगी आहे ना! आणखी ही दुसरी. तिच्या आईला सांगावं काय? नव्हे आपल्याला नाही परवडणार हे कार्य. अरे हो, एखादा श्रीमंत व्यावसायिक तिला दत्तक घेवू शकला तर... पुण्य मिळेल त्यांना. पण हे श्रीमंत लोक कधी अशे वागणार काय? कधी येणार त्यांच्या मनात? कधी होणार त्यांची लायकी? आपण सर्वसाधारण आहोत तरी आपलं मन हळवं होतं. कुणाची गरिबी की दुःखही बघवत नाही ना आपल्याला आणि हे श्रीमंत...

अरे तो, आपल्या गावातील लुटेश्वर डॉक्टर बघा ना! चारवर्षांत कसा अरबपती झालाय. साध्या डिलिव्हरीचे आणि फार्मसीमुळे लुटून कसा गलेलठ्ठ बनला आहे. बायकांच्या डिलिव्हरी करून कसा लुबाडतो लोकांना, सगळ्याच डिलिव्हरी सिझरच होतात म्हणे त्यांच्याकडे, नॉर्मल डिलिव्हरीचा पत्ताच नाही. गरीबांनी तरी कुठून आणावेत एवढे वीस-पंचेवीस हजार रूपये, शासनाच्या रूग्णालयात तर मात्र ही सुविधाच नाही. उलट पेशंट गेला की त्यांना खाजगी अमक्या डॉक्टरकडे न्या असा सल्लाच मिळतो. सब साली एजंटगिरी, दलालगिरी, अरे हो यालाच भडवेगिरी, चाटूगिरी म्हणावे काय? साला जिथं-तिथं कमीशन आणि लुटमार. वरून नाही तसा घाण-घाण बोलतो म्हणे पेशंटशी. तरीपण समाजात त्याला फार मान, मोठं स्थान दिल्या जातं. देव समजतात त्याला काही

लोक. सालं यांचं डमरू वेगळं, कसं शिलगत असावं ते. अरेच्च्या आणि ही मनी, तिचं हे पाल, बिचाऱ्या गरीबांचं डमरू ताव आणूनही उपासमार देणारं. कोण जबाबदार या व्यवस्थेला? सगळं दिमाखाचं खोबरंच झालंय बघा...

मी गेट मधून कॉन्व्हेंटच्या आत पोहचलो. विचार सरता सरेना.. मिटिंग सुरू झालेली. मी छकुलीचे पेपर्स बघितले. तिला छान प्रथम क्रमांकाचे मार्क्स मिळाले होते आणि अंतिम परीक्षेतही ती पहिल्या क्रमांकावर राहिल असेही टिचर्स म्हणाल्यात. मलाही तिच्या गुणावर, प्रयत्नावर विश्वास होताच. अभ्यासात्मक बाबीची चर्चा झाली. पॉकेटातून दोन हजार रूपये काढून फी भरली. चहा घेतला. एव्हाना छकुलीची सुट्टी झालेली. तिचा हात धरून तिला गाडी बिघडल्याचे सांगित पायदळच घराकडे निघालो. ती माझ्यासोबतच यायला निघाली...

परततांना गेटमधून बाहेर पडताक्षणी समोरच्याच कॉलनीकडे माझं लक्ष गेलं. पोलक्यातील ती मनी एका बंगल्याच्या कोपऱ्यावरील डस्टबिनजवळ उभी दिसली. तिथे खावून फेकलेले टरबूज तिने उचलले नि हातांनी स्वच्छ करीत उरलेली हिरवी लालसर साल उपाशी, अधाशी असल्यासारखी खावू लागली... तिच्या या कृतीला बघून मन शहारून गेले. माझं मन करपलं होतं.

'ए मनी, मनी..' तिचं माझेकडे लक्ष गेलं. माझी छकुलीही वेगाने पावलं टाकत माझ्यामागे धावली. मी मनीचा हात पकडला. तिच्या हातातील टरबूजाची फोड फेकली. ती माझ्याकडे अपराध्यासारखी बघतच राहिली. तिचं मन रडवेलं. माझ्याही डोळ्यात अश्रू तरळले. मी तिला अलगद कवेत घेतलं.. 'मनी' अग भूक लागली म्हणून असं उघड्यावरचं फेकलेलं खायचं होय, नाही... मनी नाही.' छकुली माझ्या कृतीकडे निरीक्षणात्मक बघून रडू लागली...

'मनी, तू आता नाही जगायचं असं... नाही दाखवायचा तो डमरूचा खेळ. जीवावर उदार होत नाही खेळायचा तो खेळ. नाही चालायचं त्या दोरावरून... अग एवढं करूनही काय? तर, हे जग तुला पोट भरूही देत नाही... यांचं डमरू कसं शिलगतं बघ ना! आणि तुझ्या डमरूला ग कुठली किंमतच देत नाही. किती खोटारडं हे जग... मनी आता तू शिक्षणाचा डमरू वाजवायचा. मी करणार तुला मदत... चल, तुला भूक लागली ना!'

ती माझ्याकडे एकसारखीच बघत होती. समोरच्याच हॉटेलातील वडापाव तिला घेवून खायला दिलं. ती भूकेने विव्हळत असल्याने का असेना ती पटापटा खावू लागली...

एव्हाना त्याच हॉटेलातील चाय टपरीवर काही श्रीमंत व्यक्ती आपल्या संवादातून डमरू

वाजवित होते आणि मी मनीला घेवून तिच्या आईला भेटण्यास पालाकडे निघालो. माझ्या दोन्ही बाजूला असलेल्या दोन 'मनी' मिळाल्याचं समाधान आणि आनंदही तेवढाच ओसंडून वाहात होता...

पोरांसाठी काय खायला बनवावं असा विचार करीत असलेल्या मनीच्या आईनं पालात चूल पेटवलेली. डमरू वाजवून खेळ दाखवित मिळालेल्या शिधारूपी गंजातील तांदूळ धुत होती. मनीच्या माऊलीकडे मी एकटक बघत जवळ-जवळ पोहचलोच.

एव्हाना सकाळी बायकोनं सांगितलेली पालक मी विसरलोच होतो....

घरी परतल्यावर मात्र बायकोचा डमरू वाजल्याशिवाय राहणार नाही याची कल्पना अगोदरच होती....

'उपाशी पोट चुलीच्या पाया पडते.'

List of Contributors

संजय येरणे यांचे प्रकाशित साहित्य

कादंबरी :

१) 'संताजी जगनाडे एक योद्धा' भरारी प्रकाशन, नागभीड, डिसे. २०१६.

२) 'बयरी' ई-साहित्य प्रकाशन, मुंबई, जाने, २०१७.

३) 'यमुना' भरारी प्रकाशन, नागभीड, डिसे. २०१७.

४) 'वॉरीयर्स' इंग्रजी आवृत्ती प्रकाशित, डिसे.२०१९

कथासंग्रह :

१) 'डफरं' मायबोली प्रकाशन, मुंबई, डिसे. २०१४.

२) कथासंग्रह : 'डमरू' ई–साहित्य प्रकाशन, मुंबई, जाने. २०१८.

बालकथासंग्रह :

१) 'एक आहे अनिकेत' (मराठी) भरारी प्रकाशन, नागभीड, फेब्रु. २०११.

२) 'अनिकेत' (इंग्रजी आवृत्ती तथा ई आवृत्ती.) भरारी प्रकाशन, नागभीड, फेब्रु.
२०११.

वैचारिक ग्रंथ :

१) 'सूडाचा प्रवास' भरारी प्रकाशन, नागभीड डिसें.२०१४.

२) 'कथाविचार' भरारी प्रकाशन, नागभीड, डिसे.२०१८.

शैक्षणिक :

'संजय येरणे इंग्लिश रिडींग पॅटर्न' भरारी प्रकाशन, नागभीड जून २०१६.

कवितासंग्रह :

१) 'कांटेरी निवडुंग' (चारोळी) भरारी प्रकाशन, नागभीड, जाने.२००८.

२) 'जागल' भरारी प्रकाशन, नागभीड फेब्रु. २०११.

३) ‘सत्यान्वेषी माणूस’ शॉपीझेन प्रकाशन, ई-साहित्य प्रकाशन, एप्रिल २०२१.

समीक्षाग्रंथ :

१) ‘ना. गो. थुटे यांच्या चारोळी कवितेची समीक्षा’ श्रेयस प्रकाशन, हिंगणघाट, मे २०१५.

२) ‘काव्यफुलांचे अंतरंग’ डॉ. राजन जयस्वाल यांची कविता, भरारी प्रकाशन, नागभीड.सप्टे, २०१५.

३) ‘मधुघट’ मधुकर गराटे यांची कविता, चपराक प्रकाशन, पुणे डिसे. २०२०.

४) ‘चौरंग’ डॉ. राजन जयस्वाल यांची चारोळी व समीक्षा, शॉपीझेन प्रकाशन, ई साहित्य, डिसे.२०२०.

काव्यसंपादन :

१) ‘अंगार’- भरारी प्रकाशन, नागभीड, ऑक्टो.२०१२.

२) ‘उधाण’- भरारी प्रकाशन, नागभीड, ऑक्टो.२०१२.

३) ‘आरसा’- भरारी प्रकाशन, नागभीड, एप्रिल.२०१४.

४) ‘घाण्याचे अभंग’- ‘संताजी जगनाडे महाराज’ भरारी प्रकाशन, नागभीड. डिसे.२०१६.

एकांकिका :

१) ‘श्यामची आई’ नाट्यरूपांतर ई साहित्य प्रकाशन, डिसे.२०२०.

संजय येरणे यांच्या साहित्यावरील समीक्षा

१) ‘सर्वस्पर्शी प्रतिभावंत’ लेखक समीक्षक पुनाराम निकुरे, क्रिस्टल प्रकाशन पुणे व ई-साहित्य पोर्टल, जाने. २०२१.